名誉主编 陈智睿(越南)

GIÁO TRÌNH KHẨU NGỮ TIẾNG VIỆT MỚI

新编越南语
口语教程

【上册】

主 编：蔡 杰　　梁 远

副主编：唐秀珍

编写者：蔡 杰　　唐秀珍

　　　　梁 远　　黎巧萍

广西教育出版社
南宁

前　言

　　越南是中国通往东南亚的重要门户，是泛北部湾区域合作中重要的发展中国家。越南经过20年的革新开放，经济发展迅猛，为区域合作注入了新的活力。随着中国—东盟自由贸易区的建立，每年一届的中国—东盟博览会永久落户广西南宁，我国与越南的政治、经济、文化往来日益频繁。

　　为了满足教学和广大读者学习越南语的需要，我们编写了这套《新编越南语口语教程》。本教程适合作为大学本科、专科、中等专科院校口语教材，社会办学以及越南语爱好者自学的教材。教程分为两册，上册共19课，其中1～6课为语音部分，这部分对越南语语音的发音方法做了比较详尽的描述，并配有发音部位图，供初学者和一些音不懂发或发不好的学习者进一步学习；7～19课为口语部分，每课紧扣一个主题，分别为：问候和告别，介绍，数的表达法，时间和度量衡的表达法，问路，打电话，银行，家庭，天气，婚嫁，参加追悼会，房地产（环境、风水、装修），学习。下册共17课，主题分别为：购物、节日、租房、饮食、看病、上网、过海关、交通、娱乐、旅游、运动、会展、合同、贸易、邮电和通讯等。本教程涵盖了越南社会生活的各个主要方面，能为学习者今后与越南开展经商、旅游等交往活动打下良好的语言基础。本教程"注释"部分列举了大量的常用语言点，便于学习者掌握，并能举一反三，灵活运用所学知识。每课课文后面，附有"生词表""补充单词"和有针对性的练习等栏目，使学习者每学完一课，都能进行相应的操练，巩固所学，拓展运用。在每一课的后面还附有"常识"，主要简单介绍越南的政治、历史和风土人情等知识，以使学习者对越南有初步的了解。

　　本教程由我国"教育部非通用语种本科人才培养基地"——广

西民族大学外国语学院骨干教师和广西唯一独立建制的外语类高校——广西东方外语职业技术学院骨干教师合作编写。教程充分利用了广西的地缘优势，紧跟越南语的语言变化发展，并经越南国家大学人文与社会科学大学语言学系主任陈智睿（TRAN TRI DOI）教授审订，故本教程具有新颖性、实用性和权威性。

本教程得到广西民族大学领导、广西民族大学外国语学院领导和广西教育出版社领导、编辑以及陈智睿教授的大力支持，谨此致以衷心的感谢！

本教程上册发音部位图由蔡融融设计绘制，越南阮晋英勇（NGUYEN TAN ANH DUNG）先生对本教程部分课程中的越语内容进行了补充校对，在此一并表示感谢。

由于我们水平有限，出现错误在所难免，祈望各位专家、广大读者不吝赐教。

编者

序

　　《新编越南语口语教程》是一个由集体完成的课题。我以审订者的身份阅读完全套教程，并对教程的一些内容进行补充或修改，使教程的语言体现出现代越南语"口语的新特性"。

　　本教程共两册，上册分为两部分，共19课；下册有17课。上册的19课中，用6个单元向学生和读者介绍了越南语语音知识；另外13课按具体交际环境提供了诸如问候、介绍、数和时间的表达、问路、打电话、银行常用语、谈论天气、介绍家庭和婚礼，以及参加葬礼等方面的口语课文。

　　下册的17课全部都是口语课文。这些口语课文给学生提供了众多以越南社会生活为交际背景的日常用语。这些交际背景有购物和租房，下饭馆或去看病，上网，过海关；也有交通、娱乐、旅游和参加体育锻炼的情景；还有参加博览会、去邮局、到理发店和照相馆，谈论经济合同及保护环境的交际用语。

　　从上册的第二部分到下册的每一篇课文，都是首先向学生提供一些日常基本句型。然后，学生可以看到越南人在一个个具体、典型的会话环境中是如何使用这些句子的。除了在每一课提供与交际环境相应的单词，还向学生解释，更准确地说是引导学生如何按越南人的口语习惯使用这些词语。每课之后，还向学生提供了与课文相关的、需要记忆的主要内容和练习，让学生自我操练学过的内容。

　　本教程有以下几个特点：

　　第一个特点，也是最突出的特点，是提供了丰富的常用词句，较全面地反映了当今越南社会生活的交际环境。编者之所以能做到这点，是他们正确地选用了越南社会日常生活中的题材，这说明编者有着现代越南语口语词句的扎实功底。

教程的第二个显著特点，是编者为各种交际题材选择了非常符合越南人"口语"表达方式的基本句子，在使用这些句子时，越南语学习者可以马上融入与母语国人交流的情境中，而不会在"外语学习者"与母语国人之间产生任何隔阂。在编写外语学习书籍时，要做到这一点，编者须在该语言所在国进行过地道的、高水准的语言学习和实践。

第三个特点是在提供越南语口语知识的同时，本教程也通过每篇课文，向学习者提供了相当多的关于越南和中国社会的知识。学习了这些社会知识，如果有机会去到越南，他们将能体会到在学习越南语过程中所学知识与外部社会是非常吻合的。而当越南人有机会到中国参观访问的时候，如果接待者使用本教程提供的越南语口语进行讲解，那么这些访问者就能获得了解中国的最好的条件。也许这也是编写者的另一成功之处。

本教程每一课的布局以及各个社会交际主题，编写者都已认真地推敲和合理地安排。因此，学完这部分内容后，学习者将会具备较好的越南语口语水平。越南语自学者也可以把本教程作为正式的资料。当自学者掌握了本教程的越南语后，他们也可以运用这些越南语自信地与越南人进行交际。

总的来说，对于母语是越南语的我来说，我认为这是一套好的口语教程，它准确地反映了现代越南语的现状。本教程是由几位有经验的、高水平的越南语教师执笔编写的，它较好地满足了中国大中专学生学习越南语口语的要求。

尽管已经非常努力，但由于技术等各方面的原因，本教程难免还有错漏的地方。作为教程的审订者，我恳请各位老师、学生以及其他的教程使用者多提宝贵意见，以便我们有机会把教程改得更好。我代表编写者衷心感谢各位提出宝贵意见。

在此郑重向广大读者推荐这套教程。

越南河内国家大学所属人文社会科学大学语言学系主任

中国广西民族大学外国语学院外聘教授

陈智睿 教授 博士（越南）

MỤC LỤC
目录

PHẦN I NGỮ ÂM TIẾNG VIỆT

上篇　越南语语音

Bài thứ 1　Khái quát ngữ âm　nguyên âm đơn　thanh điệu
第一课　　语音简述　单元音　声调

1．越南语语音简述

学习越南语，首先要学习语音。越南语是拼音文字，学会语音，就会朗读和拼写。因此，有"学好越南语语音，就等于学会了一半越南语"一说。由于中越两国语言在语音上有一定区别，越南语有些音比较难发，所以一定要下工夫才能学好。

越南语有11个单元音，23个双元音，12个三元音，19个辅音以及6个声调，再由这些元音、辅音和声调组成音节，进而构成词。音节是语音结构的最小单位，是语音里最自然的语音单位。越南语音节由声母、韵母和声调组成 如：thanh, hỏi, bánh, động。声母是指音节里前面的辅音。如：ba, to, thu中的b, t, th就是声母。韵母是指音节中声母后面的部分。如：thanh中的anh, hỏi中的oi等。

由于越南语有些发音是现代汉语所没有的，为了让学习者更容易掌握越南语语音，本教材除从文字上描述发音方法外，还利用图解来标注发音部位，因此有必要了解发音器官的部位及其名称。

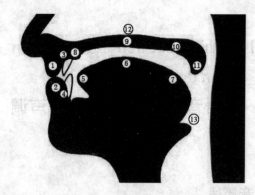

①上唇 ②下唇 ③上齿 ④下齿 ⑤舌尖 ⑥舌面 ⑦舌根
⑧齿龈 ⑨硬腭 ⑩软腭 ⑪小舌 ⑫鼻腔 ⑬喉部

2. 越南语的单元音

元音的概念及作用。

元音的概念。

元音是指所发的音响亮，声带颤动，气流在口腔通过时基本上不受阻碍的音。

元音的作用。

元音可以单独作为韵母或与辅音结合组成韵母和音节。

越南语单元音字母。

越南语共有11个单元音字母，分别为：a ă e ê i(y) o ô ơ â u ư

a的发音方法。

（1）口型：椭圆形。

（2）发音方法：越南语中，发a音时口腔自然张大，整个舌向下，气流不受阻，声带振动。跟汉语的"啊"发音方法一样。

（3）发音部位图解：

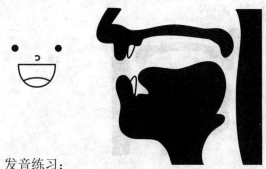

（4）发音练习：

a a a a a a (连续发至口型习惯)

（5）书写练习：𝒜 𝒜 𝒜 𝒶 𝒶 𝒶

越南语书写一般略向右倾斜，字体偏瘦，练习时可用英文练习本书写，除了g、y两个字母，其他每个字母的底部都写在第三道横线上，与英语书写方法相同。这只是一般书写规律，只要端正、易辨别，也可根据个人习惯进行书写。

ǎ的发音方法。

（1）口型：椭圆形。

（2）发音方法：ǎ的发音方法与a一样，但它是短音，音长约为a的四分之一，所以发音时很短促。

注意：

1．ǎ音不能单独充当韵母，后面要有辅音充当韵尾。如：不能拼成bǎ, tǎ……可以拼成 ǎn, bǎn, tǎt……

2．越南人和我们一些院校的老师把ǎ这个音发成á音，á音是ǎ作为字母时的读音，不是作为元音时的读音。发成á音，是为了使这个短音拉长，使听者比较容易听清。但也容易误导学习者，使他们不能正确把握这个音。我们主张还原这个音的本来面貌，不读á音，而读a的短音。

（3）发音部位图解：

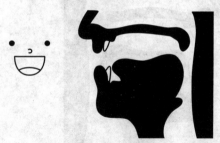

（4）发音练习：

ăăăăăă (连续发至口型习惯)

辨音练习：

（5）a—ă ă—a ă a—a ă a—ă a—ă

（6）书写练习： *Ă Ă Ă ă ă ă*

e的发音方法。

（1）口型：较扁。

（2）发音方法：发e音时开嘴度略小、稍扁于a，舌根往后缩，声带振动。发音时参照a的开嘴度，略收扁即可。

（3）发音部位图解：

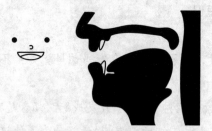

（4）发音练习：

e e e e e e (连续发至口型习惯)

（5）书写练习： *E E E e e e*

ê的发音方法。

（1）口型：扁形。

（2）发音方法：发ê音时开嘴度小于e，舌根往后缩，声带振动。

（3）发音部位图解：

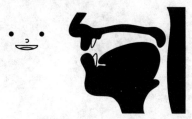

（4）发音练习：

ê ê ê ê ê (连续发至口型习惯)

（5）辨音练习：

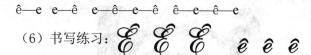

ê—e e—ê e—ê e—ê ê—e e—ê

（6）书写练习： *Ê Ê Ê* ê ê ê

i (y) 的发音方法。

（1）口型：扁形。

（2）发音方法：发i(y)音时，双唇自然开条小缝，接近闭合，嘴角略向后，舌根靠软腭，声带振动。类似现代汉语的"依"发音，但发后音，与英语的i元音发音相同。

（3）发音部位图解：

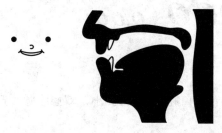

i、y这两个字母读音一样，越南人称i为短i，y为长i。单独使用和在韵母中读长音时通常用y，其他场合用i。

此外，y做韵母时，前面只能与m, t, l, k, qu, h等辅音相拼构成音节，而不与其他辅音相拼。现在越南也常见用i替代y使用的情况。

（4）发音练习：

i i i i i i (连续发至口型习惯)

（5）书写练习：*I I I i i i*

o的发音方法。

（1）口型：大而圆。

（2）发音方法：发o音时口腔尽量开大（接近a的程度），双唇收圆，声带振动。现代汉语没有这个音。

（3）发音部位图解：

（4）发音练习：

o o o o o o (连续发至口型习惯)

（5）书写练习：*OOO ooo*

ô的发音方法。

（1）口型：圆形。

（2）发音方法：发ô音时口腔开得要比o小，双唇收圆，声带振动, 类似现代汉语的"噢"发音。

（3）发音部位图解：

（4）发音练习：

ô ô ô ô ô ô (连续发至口型习惯)

（5）辨音练习：

o—ô　ô—o　o—ô—o—ô

（6）书写练习：**Ô Ô Ô Ô Ô Ô**

ɔ的发音方法。

（1）口型：扁形。

（2）发音方法：发ɔ音时双唇扁平，舌根抬高，声带颤动，类似现代汉语的"婀"发音。

（3）发音部位图解：

（4）发音练习：

ơ ơ ơ ơ ơ ơ (连续发至口型习惯)

(5) 书写练习：*Oʼ Oʼ Oʼ oʼ oʼ oʼ*

â的发音方法。

(1) 口型：扁形。

(2) 发音方法：â的发音与ơ的发音方法相同，但â是短音，音长约为ơ的四分之一，所以发音时很短促。

注意：

越南人和我们一些院校的老师把â这个音发成ớ音，ớ音是â作为字母时的读音，不是作为元音时的读音。发成ớ音，是为了使这个短音拉长，使听者比较容易听清。但也容易误导学习者，不能正确把握这个音。我们主张还原这个音的本来面貌，不读ớ音，而读ơ的短音。

(3) 发音部位图解：

(4) 发音练习：

â â â â â â(连续发至口型习惯)

â音不能单独充当韵母，后面要有辅音充当韵尾。如：不能拼成hâ, đâ……可以拼成ân, hân, đất……

(5) 辨音练习：

ơ—â â—ơ ơ—â ơ—â ơ

(6) 书写练习：*Â Â Â â â â*

u的发音方法。

（1）口型：撮小而圆。

（2）发音方法：发u音时双唇收圆，舌根抬高，声带振动。类似现代汉语的"屋"发音，但要发后音，不发唇音。

（3）发音部位图解：

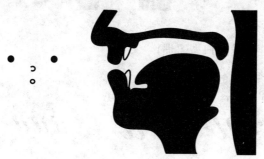

（4）发音练习：

u u u u u u (连续发至口型习惯)

（5）辨音练习：

o—ô—u u—ô—o o—u—ô—o—ô—u

（6）书写练习：*U U U   u u u*

u的发音方法。

（1）口型：扁形。

（2）发音方法：发u音时双唇扁平，上下齿接近闭合，声带振动，按σ的发音方法发出音。

（3）发音部位图解：

（4）发音练习：

ư ư ư ư ư ư (连续发至口型习惯)

（5）辨音练习：

ơ—â—ư ư—â—ơ ơ—ư—â—ơ ư—â—ơ—ư

（6）书写练习： *ư ư ư ưưư*

3．越南语的声调

越南语的声调及符号。

越南语有6个声调，分别为：平声（bằng），玄声（huyền），问声（hỏi），跌声（ngã），锐声（sắc）和重声（nặng）。

平声不标符号，玄声、问声、跌声和锐声的声调标在字母上面，重声标在字母下面。声调符号分别为"`"、"ˀ"、"~"、"ˊ"、"."，例：a à ả ã á ạ。

越南语声调的标注规律。

越南语声调标注的一般规律是：单个元音的，标在元音上或下（重声"."），如：đã，tạm；两个元音的，标在前面元音的上或下，如：hỏi，khỏe，nội；三个元音时，标在中间元音的上或下，如：cuối，người，nguội；双元音后加辅音的，标在后面元音的上或下，如：đường，thuận。另外，有些比较特殊的，像uê，就将声调标在后面元音的上或下，如：thuế。

平声（bằng）。

平声声调起点很高，音高平均，没有升降变化，调浪从高略微向低逐渐下降，用数字表示为55。相当于现代汉语的阴平声调。

玄声(huyền)。

玄声是个低声调，音高平均，没有显著降升变化，调浪从高略微向低逐渐下降，用数字表示为211。

问声(hỏi)。

问声是个低调，降长变化平缓，音高曲折，有明显的降升变化，调浪先升后降再升再降，用数字表示为231。接近于现代汉语的上声声调。

跌声(ngã)。

跌声是升降调，音高曲折，有明显的升降变化，调浪先降然后很快升到最高度，用数字表示为315。

锐声(sắc)。

锐声是个高声调，音高上升，用数字表示为35。相当于现代汉语的阳平声调。

重声(nặng)：

重声是个低降调，音高下降，比较短促，用数字表示为21。

声调操练。

声调 音节	bằng	`	?	~	´	.
A	a	à	ả	ã	á	ạ
O	o	ò	ỏ	õ	ó	ọ
Ơ	ơ	ờ	ở	ỡ	ớ	ợ
Y	y	ỳ	ỷ	ỹ	ý	ỵ
Ư	ư	ừ	ử	ữ	ứ	ự
U	u	ù	ủ	ũ	ú	ụ

Thường thức 常识

　　越南史学界认为，越南有数千年的历史，泾阳王是越南民族的始祖，越南最早出现的国家是雄王所建的文郎国。公元前207年，中国中原（今河北真定）人赵佗趁秦末动乱，以现今广州为中心，建立割据政权"南越国"，越南古籍将其称为赵武王，尊为越南的"开国之君"。公元前111年，汉武帝平定南越，设置交趾（今越南北部和中部）等九郡。《后汉书•南蛮传》记载："凡交趾所统……人如禽兽，长幼无别……于是教其耕嫁，制为冠履，初设媒聘，始知婚娶。建立学校，导之礼义。"由此可见当时交趾尚未开化，还处于比较原始的阶段。此后从汉代到唐代一千多年，越南一直处在中国封建王朝的直接统治之下。968年（中国北宋时期），越南建立了自主的封建国家——"大瞿越国"（丁朝），后来历经前黎朝、李朝、陈朝、胡朝、黎朝（后黎朝）、莫朝、南北纷争时期、西山朝、阮朝等封建朝代。17世纪，越南沦为法国的殖民地。1945年，越南抗日战争结束，越南民主共和国成立。1954年，在中国帮助下，越南取得奠边府战役暨抗法战争胜利，越南北方全部解放。1975年4月30日，越南全国统一，1976年将国名改为越南社会主义共和国。

Bài thứ 2　Phụ âm I
第二课　　辅音（一）

1.辅音的概念及作用

辅音的概念。

辅音在发音时气流通路有阻碍，清音声带不振动，浊音声带虽然振动，但不响亮。

注意：

由于辅音发声不响亮，为了使学习者听得清楚，发音时在辅音后都拼上一个元音ờ，使其响亮容易分辨。

辅音的作用。

辅音可以充当音节中的声母，也可与元音结合充当韵母。

越南语共有23个辅音：b p m n nh ng l đ t th ch tr k (c q) kh x s d gi r h g v ph

2.辅音 b p m n nh ng l t đ th

辅音字母 b p m n nh ng l 的发音方法。

　b的发音方法。

（1）名称：双唇浊塞音。

（2）发音方法：发音时先紧闭双唇，气流冲破双唇阻碍，同时声带振动。发音方法与现代汉语"波"的声母相似。

（3）发音部位图解：

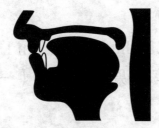

（4）拼音练习（每次读30遍）：

ba bo bô be bê bi bơ bu bư

（5）朗读下面的单词：

ba, ba ba

be, be be, be bé, bè, bè bè, bẻ

bê, bê bê, bế, bề, bề bề, bể, bễ, bệ

bi, bi-a, bi bô, bí, bí bo, bí bơ, bì, bì bì, bỉ, bĩ, bị

bo bo, bó, bò, bỏ bà, bỏ bê, bỏ bố, bỏ, bõ, bọ

bô, bô bô, bô bê, bố, bố mẹ, bồ, bổ, bỗ bã, bộ

bu, bú, bù, bủ, bụ,bư, bứ bự, bự

（6）书写练习：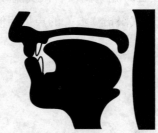

p的发音方法。

（1）名称：双唇清塞音。

（2）发音方法：发音时先紧闭双唇，然后自然张开嘴。如果不与元音相拼，听不到任何声音。

（3）发音部位图解：

（4）拼音练习：

pa po pô pe pê pi pơ pu pư

（5）辨音练习：

b—p p—b p—b—p p—b—p p—b—b—p—p—b—p

（6）书写练习：𝒫 𝒫 𝒫 𝓅 𝓅 𝓅

m的发音方法。

（1）名称：双唇鼻音。

（2）发音方法：发音时紧闭双唇，气流从鼻腔出来，声带振动。发音方法与现代汉语"摸"的声母相同。

（3）发音部位图解：

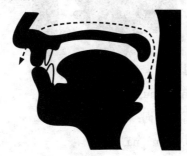

（4）拼音练习：

ma mo mô me mê mi mơ mu mư

（5）朗读下面的单词：

ma, mà, mã, mạ

me, mẻ, mẽ, mẹ, mê

mi, mí, mì, mĩ, mị

mo, mó, mò, mỏ, mõ

mô, mố, mồ, mổ ma, mồ mả, mổ, mỗ

mò, mở, mỡ

mù, mủ, mũ ni, mũ, mụ, mụ mị

（6）书写练习：*M M M m m m*

n的发音方法。

（1）名称：舌尖齿龈鼻音。

（2）发音方法：发音时舌尖抵住齿龈，气流从鼻腔出来，声带振动。发音方法与现代汉语"呢"的声母相同。

（3）发音部位图解：

（4）拼音练习：

na no nô ne nê ni nơ nu nư

（5）朗读下面的单词：

na, na nô, na ná, ná, nà, nả, nã, nạ

ne, né, nè, nẻ, nê, nề, nể, nể nả

ni, ní, nỉ

no, nó, no nê, nõ, nọ

nô, nố, nỗ, nộ

nơ, nớ, nở, nỡ, nợ

nu na

nư, nữ

（6）书写练习：*N N N n n n*

nh的发音方法。

（1）名称：舌面硬腭鼻音。

（2）发音方法：发音时舌面抵住硬腭，气流从鼻腔出来，声带振动。现代汉语没有这个音，初学者容易把这个音跟n或ng混淆，要特别注意。

（3）发音部位图解：

（4）拼音练习：

nha nho nhô nhe nhê nhi nhơ nhu như

（5）朗读下面的单词：

nha, nhà, nhà mồ, nhả, nhã, nhã ý

nhe, nhé, nhè, nhè nhè, nhè nhẹ, nhẽ, nhẹ, nhẹ nhẹ, nhẹ nợ nhệ

nhi, nhi nhí, nhi nữ, nhí nhố, nhi nhỉ, nhị

nho, nho nhỏ, nhỏ, nhỏ bé, nhỏ nhẻ, nhỏ nhẹ, nhọ

nhô, nhổ

nhơ, nhớ, nhờ, nhờ nhờ, nhờ nhỡ, nhờ nhợ, nhỡ, nhợ

nhu mì, nhu nhú, nhù, nhũ

như, nhừ

（6）书写练习： *Nh Nh Nh nh nh nh*

ng的发音方法。

（1）名称：舌根软腭鼻音。

（2）发音方法：发音时舌根抵住软腭，气流从鼻腔出来，声带振动。发音方法与现代汉语"昂"的后韵母相同。

（3）发音部位图解：

注意：

ng充当声母时，在接e、ê、i的时候，要变成ngh的形式。

（4）拼音练习：

nga ngo ngô ngơ ngư nghe nghê nghi

（5）朗读下面的单词：

nga, ngà, ngà ngà, ngả, ngả mũ, ngã

nghe, nghé, nghè

nghê, nghề

nghi, nghĩ

ngó, ngò, ngỏ, ngỏ ý, ngõ, ngọ

ngô, ngố, ngổ, ngộ, ngộ ngộ

ngơ, ngớ, ngờ, ngỡ, ngợ, ngợ ngơ

ngu, ngù, ngủ, ngủ mê, ngũ

ngư, ngữ, ngự, ngự y

（6）书写练习：*Ng Ng Ng   ng ng ng*

l的发音方法。

（1）名称：边擦音。

（2）发音方法：发音时舌尖抵住齿龈，气流从舌的两边通过，声带振动。发音方法与现代汉语"乐"的声母相同。

（3）发音部位图解：

（4）拼音练习：

la lo lô le lê li lơ lu lư

（5）朗读下面的单词：

la, la ó, lá, lá mạ, là, là là, là lạ, lả, lã, lạ, lạ nhà

le, le le, lé, lè, lè nhà lè nhè, lẻ, lẻ nhẻ, lẽ, lẹ, lẹ lẹ

lê, lê la, lê mê, lề, lề mà lề mề, lễ, lễ mễ, lễ nghi, lê, lệ bộ

li, li bì, li-e, li la, lí, lí lô, lì, lì lì, lị

lo, ló, lòi, lò mì, lò mò, lò mổ, lõ, lọ, lọ là, lọ mọ, lọ nghẹ

lô, lố, lố nhố, lồ lộ, lổ, lỗ, lỗ bì, lỗ lã, lỗ mỗ, lộ

lơ, lơ là, lơ lơ, lơ mơ, lơ ngơ, lớ, lớ lớ, lớ ngớ, lờ, lờ lờ, lờ lợ, lờ mờ lờ ngờ, lở, lỡ, lợ, lợ lợ

lu, lu bù, lu mờ, lú, lú bú, lú nhú, lù lù, lù lì

lư, lừ, lử, lữ, lự

（6）书写练习： $\mathscr{L}$ $\mathscr{L}$ $\mathscr{L}$ l l l

辅音字母 t đ th的发音方法。

t的发音方法。

（1）名称：舌尖上齿背清塞音。

（2）发音方法：发音时舌尖抵住上齿背，自然张开，声带不振动。如果不与元音相拼，听不到声音。发音方法与现代汉语"的"的声母类似。

（3）发音部位图解：

（4）拼音练习：

ta to tô te tê ti tơ tư

（5）朗读下面的单词：

ta, tá, tá gà, tà, tà ma, tà tà, tả, tả ý, tã, tạ, tạ lễ

te, te te, té, té ngã, tè tè, tẻ, tẽ

tê, tê mê, tê tê, tê tề, tế, tế lễ, tế mộ, tế nhị, tề, tể, tễ, tệ

ti, li ti

to, to lù lù, to nhỏ, tó, tò mò, tò te, tò tí

tô, tố, tố nga, tố nữ, tồ, tồ tồ, tổ, tổ bố, tộ

tơ, tơ lơ mơ, tớ, tờ, tờ mờ, tợ

tu, tu bổ, tu mi, tu từ, tú, tù, tù mù, tủ, tủ ly, tụ

tư, tư lễ, tư lự, tư ý, tứ, tứ bề, tứ mã, tứ quý, từ, từ ngữ, từ tạ, từ tổ, từ tố, tử, tử tế, tử tù, tự

（6）书写练习：$\mathcal{T}\,\mathcal{T}\,\mathcal{T}$ $t\,t\,t$

đ的发音方法。

（1）名称：舌尖齿龈浊塞音。

（2）发音方法：发音时舌尖抵住齿龈，然后舌尖弹开，声带振动。发音方法与现代汉语"的"的声母类似，但音要浊得多。

（3）发音部位图解：

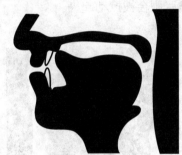

（4）拼音练习：

đa đo đô đe đê đi đơ đu đư

（5）朗读下面的单词：

đa, đa đa, đa lễ, đá, đà, đã

đe, đè, đẻ

đê, đê bể, đế, đế đô, đề, đề đa, đề tả, để, để lộ, để mà, để ý, để, đệ, đệ tử

đi, đi bộ, đi lò, đi ở, đi tu

đo, đó, đò, đỏ, đõ, đọ

đô, đô-la, đô-mi-nô, đố, đồ, đồ ba bị, đồ bỏ, đồ đá, đồ lề, đồ lễ, đồ mã, đồ nghề, đồ ngủ, đồ tể, đổ, đổ bể, đổ bộ, độ, độ đo

đu, đu đủ, đu mỡ, đù, đủ bộ

đứ, đừ, đừ

（6）书写练习： *Đ Đ Đ đ đ đ*

th的发音方法。

（1）名称：th为舌尖上齿背送气塞音。

（2）发音方法：发音时舌尖抵住上齿背，气流冲破阻碍使舌尖弹开，声带不振动。初学时，部分学习者容易将th音与t音混淆，区分他们的简单方法是将一张薄纸贴近嘴唇，发t音时纸张不会被掀动，而发th音时，纸张则会被掀动起来。

（3）发音部位图解：

（4）拼音练习：

tha tho thô the thê thi thơ thu thư

（5）朗读下面的单词：

tha, tha ma, tha nợ, tha thứ, thá, thà, thả

the, the thẻ, the thé, thè, thè lè, thẻ

thê, thê nhi, thê thê, thê tử, thế, thế đợ, thế là, thế mà, thế thì, thế tổ thể, thể lệ, thể thơ, thệ

thi, thi bộ, thi lễ, thi-o, thi thể, thi thú, thi thư, thí, thí bỏ, thì, thị, thị khu, thị tứ, thị tỳ

tho, thó, thò, thò lò, thò lõ, thỏ, thỏ đế, thỏ thẻ, thọ, thọ y

thô, thô bỉ, thô lố, thô lỗ, thố, thổ, thổ lộ, thổ mộ, thổ ngữ, thổ tả, thổ tù, thổ ty thơ, thơ từ, thớ lợ, thờ, thờ ơ, thờ tự, thở, thợ đá, thợ mã, thợ mỏ

thu, thu ba, thu lu, thú, thú y, tử thù, thủ thế, thủ thư, thủ từ, thụ, thụ lý

thư, thư thả, thư từ, thứ, thứ nữ, thứ tự, thừ, thự

（6）书写练习：**Th Th Th　　th th th**

Thường thức 常识

越南原来没有统一的语言和文字。汉武帝在现在的越南中北部地区设交趾、九真、日南三郡，统称交州。汉朝官吏把汉语、汉字、汉学传播到交州地区，所以，越南人最早使用的文字便是汉字。

到了10世纪左右，越南的文人在汉字的基础上，创造了一种新的文字——喃字。喃字是以汉字为基础，将两个以上的汉字合并起来，一部分表音，一部分表意。如："巴三"这个喃字的意思是"三"，其中"巴"表示读音，"三"表示意义。但是由于喃字是建立在汉语的基础上，而且多是由两个以上汉字组成，学习和运用起来非常不方便，因此只有少数官员、文人墨客使用，不能普及。这个时期，喃字与汉字并存。

16世纪末，西方传教士来到越南，为了传教方便，他们学习越南语。但是汉字和喃字都很难学，于是他们纷纷用自己国家的文字来对越南语注音。经过多年的实践和修改，一名葡萄牙籍传教士以拉丁文为基础创建的越文拼音体系获得公众认可，并得以逐步推广，后被称为"国语字"，就是现在的越南文。

Bài thứ 3　Phụ âm II
第三课　　辅音（二）

辅音ch tr k(c q) kh x s d gi r

辅音ch tr k（c q）kh的发音方法。

ch的发音方法。

（1）名称：舌尖上齿背塞音。

（2）发音方法：发音时舌尖抵住上齿背，气流冲破阻碍，声带振动。发音方法与现代汉语"责"的声母相似。

（3）发音部位图解：

（4）拼音练习：

cha cho chô che chê chi chơ chu chư

（5）朗读下面的单词：

cha, cha chú, cha đẻ, cha mẹ, chà, chả, chả bù, chả là, chả lẽ, chạ

che, che chở, che đỡ, ché, chè, chè lá, chè nụ, chẻ, chẽ

chê, chế, chế độ, chế ngự, chề chà, chề chề

chi, chi bộ, chi thu, chi thứ, chí, chí lý, chí thú, chí tử, chì, chỉ, chỉ

thị, chỉ tơ, chị

cho, cho bõ, cho là, chó, chó đá, chó má, chó ngộ cây chò, chõ, chồ
chỗ, chỗ bở, chỗ ở, chộ

chớ, chớ chi, chờ, chờ thì, chở, chợ

chu, chú, chú ý, chủ đề, chủ lý, chủ ngữ, chủ nhà, chủ nợ, chủ tế, chủ
thể, chủ ý

chư, chứ, chứ gì, chứ như, chữ, chữ nho

（6）书写练习：***Ch Ch Ch ch ch ch***

tr的发音方法。

（1）名称：舌面齿龈塞音。

（2）发音方法：发音时舌面抵住齿龈，突然张开，声带振动。
发音方法与现代汉语"者"的声母相似。习惯发翘舌音的学习者也
可以将舌尖卷向硬腭来发这个音。

（3）发音部位图解：

（4）拼音练习：

tra tro trô tre trê tri trơ tru trư

（5）朗读下面的单词：

tra, trá, trà, trà lá, trả, trả thù, trã

tre, tre là ngà, trẻ, trẻ mỏ, trẻ nhỏ, trẻ thơ

trê, trề, trể mỏ, trễ, trệ

tri, tri ngộ, trí, trí lự, trí lực, trì, trì trệ, trị, trị lý, trị sở

tro, trò, trò trẻ, trỏ, trọ

trô, trô trố, trố, trổ, trổ nghề, trỗ, trộ

trơ, trơ lì, trơ trơ, trớ, trờ, trở, trợ lý, trợ tá, trợ lực, trợ thủ, trợ từ

tru, trú, trú ngụ, trù, trù bị, trù trừ, trụ, trụ trì

trứ, trừ, trừ bì, trừ bị, trừ bỏ, trừ tả, trữ

（6）书写练习：*Tr Tr Tr   tr tr tr*

k (c q) 的发音方法。

（1）名称：舌根软腭塞音。

（2）发音方法：发音时舌根抵住软腭，张开时声带振动。发音方法与现代汉语"歌"的声母相同。

（3）发音部位图解：

此音有三种写法，分别为c、k、q。

其中c只跟a, ă, o, ô, ơ, â, ư, u等元音组成的韵母相拼；k一般只跟e, ê, i (y) 等元音组成的韵母相拼，但遇到外来词时也会跟其他元音相拼；而q 则必须与u相拼组成qu (读cu 的音)，然后再跟其他元音组成的韵母相拼，越南人通常把qu作为一个辅音看待（读成quờ）。

（4）拼音练习：

ca co cô cơ cu cư

ke kê ki (ky)

qua que quê qui (quy)

（5）朗读下面的单词：

ca, ca-đi-mi, ca li, ca-lo, ca-lô, ca-nô, ca-ta-lô, cá, cá be be, cá lư, cá mè, cá mú, cá ngừ, cá ó, cá thể, cá thu, cà, cà cộ, cà lé, cà lơ, cả, cà lo, cả lũ, cả nể, cả nghe, cả nghĩ, cả thể, cạ

co, có, có lẻ, có lẽ, có lý, có mà, có thể, có thể, có ý, cò, cò bợ, cỏ, cỏ giả, cỏ kê, cọ

cô, cô ả, cô-ca cô-la, cô đỡ, cô mụ, cô nhi, cô quả, cô thế, cố đô, cố lý, cố thủ, cố tri, cố ý, cồ, cổ, cổ lệ, cổ lỗ, cổ ngữ, cổ thi, cỗ, cộ

cơ, cơ đồ, cơ độ, cơ mà, cơ ngũ, cơ thể, cơ trí, cớ, cờ, cờ-lê, cỡ

cu, cu-li, cú, cù, cù mì, củ, củ từ, cụ, cụ bà, cụ thể

cư, cư trú, cứ, cứ như, cừ, cử, cử bộ, cử lễ, bầu cử , cử tri, cự, cự ly, ka-li

ke, ke né, kè, kè kè, kè nhè, kẻ, kẻ cả, kẻ đá, kẻ quê, kẻ thù, kẽ, kẽ lá , kế, kế tự, kề, kề cà, kể, kệ nệ, kể lể, kệ

ki (ky), ki-lô, kí

ky, ký, ký quỹ, kỳ, kỳ cọ, kỳ đà, kỳ lạ, kỳ thi, kỳ thị, kỳ thú, kỷ, kỳ tử, kỹ, kỹ nghệ, kỵ mã

qua, qua đò, qua thì, quá, quá bộ, quá cố, quá đà, quá độ, quá kỳ, quá tệ, quá thể, quà, quả, quả là, quả tạ, quạ

que, què, quê nhà, quế

qui (quy), qui củ, qui mô, qui chế, qui y, quí, quỉ, quỉ kế, quỹ, quị

（6）书写练习：

Qu Qu Qu   qu qu qu

kh的发音方法。

（1）名称：舌根软腭送气塞音。

（2）发音方法：发音时舌根抵住软腭，气流冲破阻碍，声带振动。发音方法与现代汉语"可"的声母相同。kh与k的发音部位一样，区别在于kh送气，而k不送气。

（3）发音部位图解：

（4）拼音练习：

kha kho khô khe khê khi khơ khu khư

（5）朗读下面的单词：

kha khá, khá, khà khà, khả, khả nghi, khả ố, khả thi, khả thủ

khe, khe khé, khe khẽ, khé, khè, khè khè, khẻ, khẽ, khê, khế, khế ước, khề khà, khệ nệ

khi, khí, khí cụ, khí nổ, khí thế, khì khì, khỉ, khỉ khô

kho, kho kho, khó, khó để, khó nghĩ, khó ở, khô, khố, khổ

khu, khu nhà ở, khu trừ, khu tự trị, khú, khù khì, khù khờ, khu khư khư, khử, khử trừ, khử tà

（6）书写练习：*Kh Kh Kh   kh kh kh*

辅音 x s d gi r 的发音方法。

x的发音方法。

（1）名称：舌尖上齿背清擦音。

（2）发音方法：发音时舌尖贴近上齿背，留出一条缝隙，气流从缝隙中通过，摩擦出声，声带不振动。发音方法与现代汉语"司"的声母类似。

（3）发音部位图解：

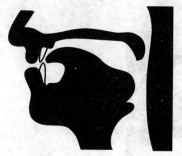

（4）拼音练习：

xa xo xô xe xê xi xơ xu xư

（5）朗读下面的单词：

xa, xa lạ, xa lộ, xa xa, xa xỉ, xá, xá chi, xá lị, xà, xả, xã, xã xệ, xạ thủ

xe, xe bò, xe ca, xe cộ, xe đò, xe lu, xe mô-tô, xe thồ, xé, xé lẻ, xẻ xế, xê xế, xế tà, xè, xề xề, xể, xệ xệ, xê-mi-na

xi, xi-đa, xi-nê, xí, xí xố, xì, xì xồ, xỉ, xị

xo, xó, xò, xỏ lá, xõ, xọ

xô, xô bồ, xô-đa, xổ

xơ, xớ

xu, xu thế, xu xê, xù, xù xì, xủ, xũ, xụ xụ

xú, xù, xử, xử lý, xử thế, xử trí, xử tử

（6）书写练习：$\mathscr{X}$ $\mathscr{X}$ $\mathscr{X}$ x x x

s的发音方法。

（1）名称：舌面齿龈清擦音。

（2）发音方法：发音时舌面贴近齿龈，留出一条缝隙，气流从缝隙中通过，摩擦出气流声，声带不振动。发音方法与现代汉语"施"的声母类似。习惯发翘舌音的学习者也可以将舌尖卷向硬腭来发这个音。

（3）发音部位图解：

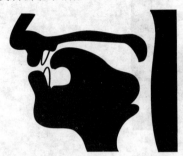

（4）拼音练习：

sa so sô se sê si sơ su sư

（5）朗读下面的单词：

sa, sa cơ, sa đà, sa ngã, sá, sá chi, sá kể, sà sã

se, se sẽ, sẽ, sẽ sẽ

sế nế, sề, sệ

si, sì, sì sì, sỉ, sĩ, sĩ khí

so, so bì, so đo, so đọ, so kè, so le, sò, sỏ, sọ

sô, sô-cô-la, sô-đa, số, số bị trừ, số cụ thể, số đỏ, số ghi thu, số La mã, số là, số lẻ, số mũ, số nhà, số thứ tự, số trừ, số từ, sồ, sồ sộ, sổ chi, sổ quỹ, sỗ

sơ, sơ bộ, sơ chế, sơ đồ, sơ kỳ, sơ qua, sơ sơ, sơ ý, sớ, sờ, sờ sờ, sờ sợ, sở, sở cứ, sợ

su sê, su sơ, sú, sù, sủ

sư, sư bà, sư cô, sư cụ, sư bác, sư ni, sư nữ, sư tử, sứ, đồ sứ, sừ, sử, sử ca, sử ký, sử thi, sự, sự cố, sự thế

（6）书写练习：

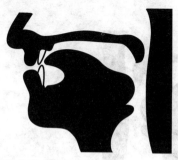

d 的发音方法。

（1）名称：舌尖上齿背浊擦音。

（2）发音方法：发音时舌尖贴近上齿背，留出一条缝隙，气流从缝隙中通过，摩擦出声，声带振动。

（3）发音部位图解：

（4）拼音练习：

da do dô de dê di dơ du dư

（5）朗读下面的单词：

da, da bê, da bò, da chì, da dẻ, da gà, giả da, da thú, dã, dã sử, dã thú, dã vị, dạ, dạ cỏ, dạ dạ

de, dé, dè, dẻ, dẽ, dê, dế, dế chó, dê, dễ có, dễ gì, dễ sợ

di, di chỉ, di cư, di thể, di thư, di trú, dì, dì ghẻ, dỉ, dĩ, dĩ chí, dị, dị kỳ, dị lạ, dị nghị

do, do du, do đó, dó, dò, dò la, do số, dọ

dơ, dở

du, du cư, du hý, du ký, du mị, du tử, dù, dù thế, dụ, dụ dỗ;

dư ba, dư dả, dư đồ, dư nợ, dư số, dư vị, dử, dữ, số dữ, dự, dự bị, dự chi, dự thí, dự trù, dự trữ

（6）书写练习：$\mathscr{D}$ $\mathscr{D}$ $\mathscr{D}$ $\mathscr{d}$ $\mathscr{d}$ $\mathscr{d}$

gi的发音方法。

（1）名称：舌面齿龈浊擦音。

（2）发音方法：发音时舌面贴近齿龈，留出一条缝隙，气流从缝隙中通过，摩擦出声，声带振动。

（3）发音部位图解：

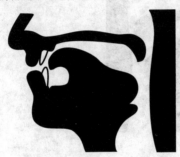

注意：

gi与ì相拼时，不写giì，只写gì。

（4）拼音练习：

gia gio giô gie giê gi giơ giu giư

（5）朗读下面的单词：

gia, gia cố, gia cơ, gia cụ, gia dĩ, gia đệ, gia phả, gia sự, gia tư, gia thế, gia vị, giá, giá cả, giá chợ, giá đỡ, giá mà, giá như, giá rẻ, giá sử, giá thú, giá thử, giá trị, giá vẽ, giá xe, già cả, già khụ, già lụ khụ, già bộ, già đơ, giả dụ, giả đò, giả sử, giả thể, giả thử, giả trá, giả tỷ như, giả vờ, giã, giã từ, giạ

gie, gié, giẻ, giẽ

gio, gió, giò, giỏ

giơ, giờ, giở dạ, giở quẻ, giở trò

giữ, giữ bo bo, giữ ghế, giữ giá, giữ kẽ, giữ khư khư, giữ trẻ, giữ ý

（6）书写练习：*Gi Gi Gi*　　*gi gi gi*

r的发音方法。

（1）名称：弹舌音或卷舌浊擦音。

（2）r有两种发音方法：一种是弹舌音，发音时舌尖弹动。越南南部和中南部的人常发弹舌音，北部人只有在读一些外来词时才发弹舌音。第二种是卷舌浊擦音。发音时舌尖卷向齿龈后部，留出一条缝隙，气流从缝隙中通过，摩擦出声，声带振动。发音方法与现代汉语"日"的声母类似。

（3）发音部位图解：

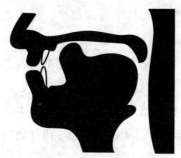

（4）拼音练习：

ra ro rô re rê ri rơ ru rư

（5）朗读下面的单词：

ra, ra bộ, ra-đa, ra đi, ra-đi-ô, ra gì, ra mẽ, ra rả, ra trò, ra vẻ, ra về, ra ý, rá, rá lò, rà, rã, rạ

re, re rẻ, ré, rè, rè rè, rẻ rề, rẽ

rê, rế, rề rà, rề rề, rể, rễ củ, rễ phụ

ri, ri rí, rí, rí rí, rì, rì rì, rỉ rả, rỉ rỉ, rò rỉ

ro ro, ro ró, ró, rò, rỏ, rõ, rõ là, rọ

rô, rô-tô, rồ, rổ

ró, rớ rờ, rờ mó, rờ rờ, rở, rỡ, rực rỡ, rợ

ru, ru ngủ, rú, rú rí, rù, rù rà rù rờ, rù rì, rù rờ, rủ, rủ rê, rủ rỉ, rũ rừ

（6）书写练习：*R R R   r r r*

Thường thức 常识

越南位于中南半岛东部，北面跟我国的广西、云南交界，中越边境线长1347公里；西部与老挝、柬埔寨交界，其中老越边境线长1650公里，柬越边境线长930公里。越南南部濒临南中国海，海岸线长达3260公里，有众多天然良港和丰富的海产。越南地形狭长，呈S型，最宽处约600公里，最窄处仅48公里；南北端相距约1640公里。越南全国总面积32.9万平方公里，人口8300多万。越南北部一年分春、夏、秋、冬四季，气候跟我国的广西南部相近。越南北部和西部山区偶有下雪。越南中南部只有雨季和旱季两季，旱季从当年的12月到次年的4月，干燥炎热；雨季在每年的5月到11月，凉爽宜人。

从中国进入越南的陆路有三条：一条是云南河口—越南老街—河内；第二条是广西凭祥—越南谅山—河内；第三条是广西东兴—越南芒街—海防—河内。其中前两条路还通客货火车。此外，北京、广州、上海、南宁还有飞往越南河内、胡志明市的航班。

Bài thứ 4   Phụ âm III
第四课   辅音（三）

辅音 h g v ph

辅音h g的发音方法。

h 的发音方法。

（1）名称：舌根软腭清擦音。

（2）发音方法：发音时舌根贴近软腭造成阻碍，气流从缝隙中通过，形成摩擦，声带不振动。发音方法与现代汉语"喝"的声母相同。

（3）发音部位图解：

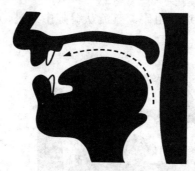

（4）拼音练习：

ha ho hô he hê hi hơ hu hư

（5）朗读下面的单词：

ha, ha-chi-sơ, ha ha, ha hả, há, há dễ, há nỡ, hà, hà có gì, hà mã, hà thủ ô, hả, hả dạ, hả hả, hả hê, hạ, hạ chí, hạ du, hạ giá, hạ sĩ, hạ thế, hạ thể, hạ thủ, hạ vị

he, he hé, hé mở, hé nở, hè, hè hè, hẹ

hê-li, hề ,hề gì, hề hề, hể hả, hể, hễ mà, hệ, hệ quả, hệ số, hệ từ hi hí, hí, hí hí, hì hì, hỉ, hỉ hả, hị hị

ho, ho gà, ho gió, ho he, ho-mi, hó hé, hò, hò la, họ

hô, hô hố, hố gio, hố xí, hồ, hồ dễ, hồ đồ, hồ lô, hồ ly, hồ sơ, hổ, hỗ hỗ trợ, hộ, hộ bộ, hộ cá thể, hộ đê, hộ giá, hộ lý, phù hộ, hộ sĩ, hộ trì, hộ vệ

hơ, hơ hớ, hớ, hờ, hở

hu hi, hu hu, hú hí, hù, hù hụ, hũ, hụ

hư, hư phí, hư số, hư từ, hư vị, hư vô, hứ, hừ, hừ hừ, hử, hự

（6）书写练习： $\mathcal{H}\ \mathcal{H}\ \mathcal{H}\quad h\ h\ h$

g 的发音方法。

（1）名称：舌根软腭浊擦音。

（2）发音方法：g的发音部位跟h相同，区别在于g是浊音，发音时舌根贴近软腭造成阻碍，气流从缝隙中通过，形成摩擦，声带振动。

（3）发音部位图解：

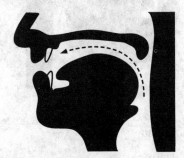

注意：

g充当声母，连接e、ê、i等元音时，要写成gh。

（4）拼音练习：

ga go gô gu gư ghe ghê ghi

（5）朗读下面的单词：

ga, ga-rô, nhà ga, gá, gà, gà chọi, gà cỏ, gà cồ, gà gà, gà giò, gà gô, gà mờ, gà quạ, gà ri, gà so, gà tồ, gạ

ghe, ghe cá, ghe cộ, ghe đò, ghe ô, ghé, ghè, ghẻ, ghẻ lở, ghẹ

ghê, ghê ghê, ghế, ghế đu, ghế gỗ

ghi, ghi chú, ghi có, ghi giá, ghi nhớ, ghi nợ, ghi số, ghi ta, ghì

go, gò, gò bó, gò má, gõ

gô, gô-ri-la, gồ, gồ ghề, gỗ, gỗ rễ, gỗ xẻ

gù, gù ghì, gù gù

gừ, gừ gừ

（6）书写练习：

辅音 v ph 的发音方法。

v 的发音方法。

（1）名称：上齿下唇浊擦音。

（2）发音方法：发音时上齿贴在下唇上造成阻碍，气流从缝隙中通过，形成摩擦，声带振动。

（3）发音部位图解：

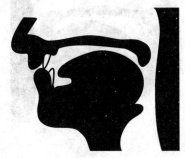

（4）拼音练习：

va vo vô ve vê vi vơ vu

（5）朗读下面的单词：

va-li, va-ni, chó vá, và gì

vo ve, vò vẽ, vo vo, vò võ, vò xé, võ bị, võ khí, võ nghệ, võ phu, võ sĩ

vô vi, vô bổ, vô chủ, vô cố, vô cơ, vô cớ, vô đề, vô độ, vô giá trị, vô kể

ve chó, ve ve, vẽ trò

về già, về quê, về số, vệ hè, vệ sĩ

vi vu, vi ba, vi da, vi-đê-ô, vi kỳ, vi-la

già vờ,vỡ chợ,vỡ da,vỡ đê,vỡ lẽ, vỡ lở,vỡ mủ

vu vạ,vu vơ,vu vu,vú bò,vú bõ,vú giả

（6）书写练习：𝒱 𝒱 𝒱 𝓋 𝓋 𝓋

ph 的发音方法。

（1）名称：上齿下唇清擦音。

（2）发音方法：发音时上齿贴在下唇上，造成阻碍，气流从缝隙中通过，形成摩擦，声带不振动。发音方法与现代汉语"发"的声母相似。

（3）发音部位图解：

（4）拼音练习：

pha pho phô phe phê phi phơ phu

（5）朗读下面的单词：

pha, pha chế, pha lê, pha ra, pha trò, phá, phá đề, phá gia, phá giá, phá vỡ, phà, phả phe, phe tả, phè, phè phè

phê, phê phê, phế, phế bỏ, phế để, phế trừ, phề phệ, phệ

phi, phi cơ, phi lộ, phi lý, phí, phì, phì phì, phỉ, phỉ nhổ, phị, phị phị

pho, phó, phó cả, phó giáo sư, phó nề, phó ti, phó từ, phò, phò mã, phò tá, phò trợ

phô, phố, phố xá, phổ, phổ độ

phu, phu gia, phú, phú quý, phù, phù chú, phù du, phù đồ, phù hộ, phù phí, phù rể, phù sa, phù tá, phù trì, phù trợ, phủ, phủ phê, phũ, phụ, phụ chú, phụ đề, phụ hệ, phụ nữ, phụ tá, phụ thu, phụ trợ

书写练习：*Ph Ph Ph   ph ph ph*

辅音加单元音拼音总操练

辅音＼元音	a	e	ê	i	(y)	o	ô	ơ	u	ư
B	ba	be	bê	bi		bo	bô	bơ	bu	bư
P	pa	pe	pê	pi		po	pô	pơ	pu	pư
M	ma	me	mê	mi	my	mo	mô	mơ	mu	mư
N	na	ne	nê	ni		no	nô	nơ	nu	nư
Nh	nha	nhe	nhê	nhi		nho	nhô	nhơ	nhu	như
Ng	nga					ngo	ngô	ngơ	ngu	ngư
Ngh		nghe	nghê	nghi						
L	la	le	lê	li	ly	lo	lô	lơ	lu	lư
Đ	đa	đe	đê	đi		đo	đô	đơ	đu	đư
T	ta	te	tê	ti	ty	to	tô	tơ	tu	tư
Th	tha	the	thê	thi		tho	thô	thơ	thu	thư
Ch	cha	che	chê	chi		cho	chô	chơ	chu	chư
Tr	tra	tre	trê	tri		tro	trô	trơ	tru	trư
K		ke	kê	ki	ky					
C	ca					co	cô	cơ	cu	cư
Qu	qua	que	quê	qui	quy					
Kh	kha	khe	khê	khi		kho	khô	khơ	khu	khư
X	xa	xe	xê	xi		xo	xô	xơ	xu	xư

续表

元音 辅音	a	e	ê	i	(y)	o	ô	ơ	u	ư
S	sa	se	sê	si		so	sô	sơ	su	sư
D	da	de	dê	di		do	dô	dơ	du	dư
Gi	gia	gie	giê	gi		gio	giô	giơ	giu	giư
R	ra	re	rê	ri		ro	rô	rơ	ru	rư
H	ha	he	hê	hi	hy	ho	hô	hơ	hu	hư
G	ga					go	gô	gơ	gu	gư
Gh		ghe	ghê	ghi						
V	va	ve	vê	vi		vo	vô	vơ	vu	vư
Ph	pha	phe	phê	phi		pho	phô	phơ	phu	phư

声调练习

声调 音节	`	?	~	´	.
ma	mà	mả	mã	má	mạ
giư	giừ	giử	giữ	giứ	giự
cho	chò	chỏ	chõ	chó	chọ
khu	khù	khủ	khũ	khú	khụ
thi	thì	thỉ	thĩ	thí	thị

Thường thức 常识

越南盛产大米，越南人以大米为主食。除了米饭，越南人还会做许多用米制成的食品，如米粉、粽子，各种米饼等。面食也是越南人的钟爱，他们爱吃法式烤面包、鸡蛋面、馒头、包子。法式烤面包外酥里软，夹着煎蛋或火腿肠和黄瓜片、生菜叶，吃起来别有风味。

菜肴方面，越南兼具中国菜式和西方食法。中式的白切鸡、红烧肉、烧鸭、白灼虾等在餐馆为常见菜式，西式食法有烧烤、肉排、生食菜蔬等。越南人吃菜讲究蘸料，几乎每道主菜配一种蘸料。蘸料主要有鱼露、虾酱、椒盐柠檬汁和一些调制的酱类。越南人不怎么吃酱油，且汤菜里味精放得很多。总的来说他们吃得比较清淡，煮菜油水较少。

　　大多数越南人喜欢喝茶，有的甚至到了"宁可没有米，不可没有茶"的地步，且喝茶必喝浓茶。但越南茶叶加工水平还很低。越南还有许多人爱喝咖啡，几天不喝就难以忍受。啤酒是很多越南男性的钟爱，白酒也有不少拥趸。越南常年气候炎热，到处都有卖饮料的地方。在越南南方，就连机关、学校里都设有饮料小卖部，方便大家随时购买。

Bài thứ 5　　Nguyên âm đơn kết hợp với phụ âm (vần)

第 五 课　　单元音后加辅音

1. 单元音后加辅音

单元音后加辅音就是一个单元音跟后面的一个辅音拼读，共同构成韵母。

可以跟单元音相拼做韵尾的辅音只有：m，n，nh，ng，c，ch，p，t等几个。

2. 单元音后加辅音 m n nh ng

单元音后加辅音 m。

先读元音（除了 ǎ、â，其他单元音的读音较长），然后过渡到双唇鼻音m，气流从鼻腔出来，读音要自然、连贯，一气呵成。单元音可与m相拼构成韵母的有am，ǎm，âm，em，êm，im，om，ôm，ơm，um，ưm。

单元音后加辅音 n。

先读元音（除了 ǎ、â，其他单元音读音较长），然后过渡到舌尖上齿背鼻音n，气流从鼻腔出来，读音要自然、连贯，一气呵成。单元音可与n相拼构成韵母的有an，ǎn，ân，en，ên，in，on，ôn，ơn，un，ưn。

发音练习：

am, am, am, am	an, an, an, an
em, em, em, em	en, en, en, en
êm, êm, êm, êm	ên, ên, ên, ên
im, im, im, im	in, in, in, in
om, om, om, om	on, on, on, on

· 44 ·

ôm, ôm, ôm, ôm　　　ôn, ôn, ôn, ôn

ơm, ơm, ơm, ơm　　　ơn, ơn, ơn, ơn

um, um, um, um　　　un, un, un, un

ưm, ưm, ưm, ưm　　　ưn, ưn, ưn, ưn

单元音后加辅音nh。

只有a、ê、i三个单元音能跟nh相拼,构成anh, ênh, inh。

anh的发音方法。

元音a跟nh相拼时发生音变。发音时由a音变成e音,但是书写不变。nh发音不变,还是舌面上腭鼻音。方法是:发完a(e音)后,自然过渡到nh音,舌面抵住上腭,气流从鼻腔出来。读音要自然、连贯,一气呵成。

发音练习:

chanh, chánh án, chánh thanh tra, chành chọe, hanh, hánh, hành lá, hành lang, hành lễ, hành lý, hành nghề, hành sự, hành tá tràng, hành tinh, hành trang, hành trình, hạnh phúc, khánh tiết, khánh thành

ênh的发音方法。

元音ê跟nh相拼时,先发完ê音,然后自然过渡到nh音,舌面抵住上腭,气流从鼻腔出来。读音要自然、连贯,一气呵成。

发音练习:

chênh vênh, chểnh chệm, khênh, khểnh, khệnh khạng, lênh chênh, lênh đênh, lênh khênh, lềnh kềnh, lểnh nghểnh, lệnh lang, lệnh chỉ, tênh hênh, sênh tiền, thênh thênh

inh的发音方法。

元音i跟nh相拼时,nh发生音变。发音时由nh音变成ng音(舌根后腭鼻音)。拼读时,先发完i音,然后自然过渡到ng音,舌根抵住后腭,气流从鼻腔出来。读音要自然、连贯,一气呵成。

发音练习:

binh cơ, binh gia, binh lính, binh khí, binh mã, dinh dính, đinh ấn, đinh ghim, đinh mũ, đính chính, đình bản, đình chỉ, đỉnh đinh, định ảnh, minh chính, minh lý, sinh linh, sinh mệnh, sinh thành

单元音后加辅音 ng。

有a、ă、e、o、ô、â、u、ư等单元音能跟ng相拼，构成韵母ang、ăng、eng、ong、ông、âng、ung、ưng。

ang的发音方法。

元音a跟ng相拼时，先发a音，发音较长，然后自然过渡到ng音，舌根抵住后腭，气流从鼻腔出来。读音要自然、连贯，一气呵成。

发音练习：

khang khác, khang ninh, khang thái, khang trang, kháng án, kháng cự, kháng chiến, kháng sinh, khạng nạng, lang bang, lang băm, lang thang, láng cháng, láng máng

ăng的发音方法。

元音ă跟ng相拼时，先发完ă音，然后自然过渡到ng音，舌根抵住后腭，气流从鼻腔出来。读音要自然、连贯，一气呵成。由于ă是短元音，拼音时音长短促，ng的音相对较长。

发音练习：

chẳng nhẽ, chăng văng, nên chăng, chẳng hạn, chẳng lẽ, chẳng qua, đăng đẳng, đăng đó, đăng ký, đăng trình, đằng đẵng, lăng băng, lăng căng, lăng xăng, măng-đa, măng đá, măng-đô-lin, măng non

eng的发音方法。

元音e跟ng相拼，发e音时要拖得比较长，然后自然过渡到ng音，舌根抵住后腭，气流从鼻腔出来。读音要自然、连贯，一气呵成。

发音练习：

beng beng, cheng cheng, eng éc, keng keng, kẻng, leng beng, leng keng, mèng, mẻng, phèng la, phèng phèng, xèng, xẻng

âng**的发音方法**。

元音â跟ng相拼时，先正常发â音，然后迅速过渡到ng音，舌根抵住后腭，气流从鼻腔出来，一气呵成。â是短音，音长很短，ng相对发音较长。

发音练习：

bâng bâng, bâng qưo, câng câng, hâng hẳng, lâng lâng, nâng cao, nâng đỡ, nâng giá, nâng giấc, quầng mắt, quầng trăng, tâng bốc, tâng hẳng, tâng tâng, tầng bậc, tầng gác, tầng lớp, tậng quặng, tầng than, tầng thứ, tầng trải

ong**的发音方法**。

元音o跟ng相拼时，ng发生转化。发音时，先发o音，音长短促，然后迅速闭拢双唇，两腮鼓气，快速过渡到m音，气流从鼻腔出来，鼻音拖得较长。

发音练习：

bong bóng, bóng bàn, bóng bì, bóng đá, bóng trăng, bòng bong, bòng chanh, bỏng rang, dòng chính, dòng hộ, dòng sông, đóng đô, đỏng đảnh, gióng giả, giọng bình, giọng kim, giọng thổ, hong hóng, hóng nắng, hóng ăn

ông**的发音方法**。

元音ô跟ng相拼成ông时，与ong相同，ng要发生转化，方法也是先发ô然后迅速闭拢双唇，两腮鼓气，快速过渡到m音，气流从鼻腔出来，鼻音拖得较长。

发音练习：

đông chí, đông đù, đông nam á, đông như nêm, đông sang, đồng áng, đồng bạn, đồng bọn, đồng bộ, đồng chí, đồng đen, đồng hồ, đồng lòng, sông con, sông ngân, sông nhánh, sống chung, sống còn, sống độn, thông báo

ung**的发音方法**。

元音u跟ng相拼成ung时，先正常发u然后迅速过渡到ng音，舌根抵住后腭，气流从鼻腔出来，u发音较短，鼻音ng拖得较长。

发音练习：

bung xung, bung má, bùng binh, bụng chân, bụng phệ, bụng trống, bụng xụng, cung đình, cung đàn, cung kính, cũng như, cũng thế, núng nính, phung phá, phung phí, trúng cử, trúng gió, trúng số, trùng ngọ

ung的发音方法。

元音u跟ng相拼成ung时，先发u音，然后过渡到ng音，舌根抵住后腭，气流从鼻腔出来，鼻音ng拖得较长。

发音练习：

áng chừng, bừng bừng, bừng sáng, chứng bệnh, chứng chỉ, chứng minh, chừng độ, chững chàng, đứng bóng, đứng giá, đứng số, lưng chừng, lừng khừng, lững chững, rừng phòng hộ, sừng sững, trưng binh, trưng dụng

3. 单元音后加辅音c ch p t

c, ch, p, t 这四个辅音做韵尾时，叫入声韵，其发音特点是发完前面的元音后，只做出发这些辅音的准备，但不把音发出来。元音跟这些辅音相拼时，只有两个声调，即 "′"（锐声）和 "."（重声）。

单元音后加辅音c。

元音a、ă、â、e、o、ô、u、ư 可以跟c相拼，构成韵母ac、ăc、ec、oc、ôc、uc、âc、ưc。

发音方法。

ác的发音方法。

先发a，然后做发c的准备，舌根抵住后腭，戛然而止。发ác音时，要适当拉长a的音长。

发音练习：

các-bin, các-bon, các tông, các-tông chun, gác, gạc bỏ, gác chân chữ ngũ, lạc đà, lạc đề, lạc giọng, lạc lõng, lạc nhân, âm nhạc, nhạc công, nhạc khí, nhạc phẩm, nhạc sa long, phó thác, ký thác, thạc sĩ, nhạc sỹ

ăc的发音方法。

先发ă音，然后做发c的准备，舌根抵住后腭，戛然而止。发ăc音时，要注意ă是短音，音长很短，迅速过渡到发c的准备，戛然而止。

发音练习：

băc cực, băc nam, các kè, các ké, chăc ăn, chăc bụng, chăc chăn, chăc cứng, chăc xanh, đăc chí, đăc ý, đặc công, đặc khu, đặc săc, giặc cỏ, giặc giã, hăc ám, hăc vận, khăc bạc, khăc chữ, khăc khổ, khăc nặn, khăc phục

ec的发音方法。

先发e，然后做发c的准备，舌根抵住后腭，戛然而止。发ec音时，e拉得比较长。

发音练习：

béc-bê-rin, béc-giê, eng éc, héc-ta, héc-to, khẹc, con kéc, séc, téc-bin, téc-bin-non, téc-li, véc-ni, véc-tơ, khèng khẹc

uc的发音方法。

先发u音，然后做发c的准备，舌根抵住后腭，戛然而止。这里u也发短音，所以整个uc韵母发音比较短促。

发音练习：

bục, chúc mừng, chúc phúc, chúc thọ, chúc tụng, cúc cúc, cúc trắng, cúc vạn thọ, cục bộ, cục súc, cục tác, đục bằng, đục tròn, hục hặc, khúc khắc, khúc xạ, lúc lắc, lúc thúc, lục bình, lục giác, lục quân, lục tục, mục lục

âc的发音方法。

先发â音，然后做发c的准备，舌根抵住后腭，戛然而止。要注意â是短音，音长很短，要迅速过渡到发c的准备，戛然而止，整个âc韵母发音很短促。

发音练习：

bậc thang, bậc thứ, lắc cắc, thức giấc, giấc mộng, giấc mơ, giấc nam kha, giấc ngủ, giấc nồng, lấc xấc, nấc cụt, nấc nở, nhấc chức, một tấc Anh, tấc dạ, tấc gang, tấc lòng, tấc son, mía bấc

uc的发音方法。

先发u音，然后做发c的准备，舌根抵住后腭，戛然而止。这里u音长较短，所以整个uc韵母发音比较短促。

发音练习：

bức bách, bức bối, vuông vức, bức cung, bức xạ, bức xúc, bực chí, bực mình, cực âm, cực chẳng đã, cực độ, cực hạn, cực khổ, cực phẩm, đức bà, đức cha, đức dục, đức độ, đức vọng, lực dịch, lực sĩ, mức độ, mức sống

oc的发音方法。

oc的发音方法跟ong有类似之处，在发出o音之后迅速闭上双唇，两腮鼓气，迅速过渡到发p的准备，戛然而止。

发音练习：

hóc hách, học bổng, học đêm, học hành, học phong, lóc ngóc, lóc nhóc, móc cân, móc xe, mọc lên như nấm, mọc lông trong bụng, ngóc ngách

ôc的发音方法。

ôc的发音方法根ông有类似之处，在发出ô音之后迅速闭上双唇，两腮鼓气，迅速过渡到发p的准备，戛然而止。

发音练习：

bốc dỡ, độc ác, độc giả, độc giác, học tốc, học tủ, lốc nhốc, bổng lộc, lộc nhung, ngộc ngệch, tốc độ vũ trụ, tốc hành, tộc phả, xốc vác, xộc xà xộc xệch

单元音后加辅音 ch。

只有a、ê和i 三个元音可与ch相拼构成韵母。做韵母时，ch发c的音，与元音相拼构成韵母时，与c 一样，只做发音准备，然后戛然而止，并不真正发出音。

拼读方法如下。

ach**的发音方法。**

发ach时，a发e音，而且发音比较短促，迅速过渡到发c的准备，舌根抵住后腭，戛然而止。ach与ec的区别在于ach韵母中的a (e)发短音，ec中的e发长音。

发音练习：

bách hợp, bách phân, bách thú, cách âm, cách mạng, hạch sách, lách cách, lách chách, lách tách, lạch tạch, lạch xạch, mạch chính, mạch mỏ, mạch môn

êch**的发音方法。**

发êch音时，ê的发音比较短促，迅速过渡到发c的准备，舌根抵住后腭，戛然而止。êch与êc的区别在于êch中的ê发短音，而êc中的ê发长音。

发音练习：

bạc phếch, hệch hạc, hệch hệch, lệch lạc, mếch lòng, nghếch ngác, nghệch ngạc, nhếch nhác, trắng thếch, xếch mé

ich**的发音方法。**

发ich音时，i的发音很短促，迅速过渡到发c的准备，舌根抵住后腭，戛然而止。

发音练习：

bích ngọc, dịch âm, dịch giả, dịch tả, đích danh, chứng tích, đích tín, địch thủ, khích bác, khích động, phẫn khích, khích thích, xích mích

单元音后加辅音　p。

单元音中除了u，其他都能跟p相拼，构成韵母。

ap**的发音方法。**

发ap音时，a的发音较长，过渡到发p的准备，双唇紧闭，戛然而止。

发音练习：

cáp bọc cao su, cáp ngầm, đáp án, đáp lễ, đáp từ, đáp ứng, giáp bảng, giáp công, giáp lá cà, giáp năm, nạp mình, pháp chế, pháp lệnh, pháp nhân, pháp luật

ăp**的发音方法。**

发ăp音时，ă是短音，发音短促，迅速过渡到发p的准备，双唇紧闭，戛然而止。

发音练习：

bắp chân, bắp ngô, bắp thịt, nắp chum, cặp ba lá, cặp chỉ, chắp cánh, chắp vá, đắp bờ, đắp đê, lắp bắp, lắp ráp, sắp sẵn, thẳng tắp, xếp xắp, gặp gỡ

ep**的发音方法。**

发ep音时，e的发音较长，过渡到发p的准备，双唇紧闭，戛然而止。

发音练习：

bép xép, dép da, đè bẹp, đẹp đẽ, đẹp lòng, đẹp mắt, đẹp mặt, ghép chữ, giẹp, đẹp, giẹp lép, hẹp trí, khép kín, khép nép, lép bép, lép nhép, lẹp xẹp, phép tính

êp**的发音方法。**

发êp音时，ê的发音较长，过渡到发p的准备，双唇紧闭，戛然而止。

发音练习：

bếp lò, bếp núc, ghế xếp, nếp sống, nếp tẻ, xếp quần áo, thếp vàng, thếp giấy, xếp chữ, xếp dọn, xếp đống, xếp xó

ip**的发音方法。**

发ip音时，i的发音较长，过渡到发p的准备，双唇紧闭，戛然而止。

发音练习：

cần kíp, bán líp, bịp bợm, đánh dịp, gõ dịp, dịp dàng, kịp thời, líp, bíptết, chíp chíp, nhân dịp, kíp đêm, kịp giờ, nhịp bốn, nhịp nhàng, híp-pi

op的发音方法。

发op音时，o的发音较长，过渡到发p的准备，双唇紧闭，戛然而止。

发音练习：

bóp bụng, bóp mắt, bóp ngạt, cọp giấy, góp mặt, góp nhặt, góp phần, góp sức, góp vốn, góp vui, họp chợ, họp sức, lóp lép, lóp ngóp, móp mép

ôp的发音方法。

发ôp音时，ô的发音较长，过渡到发p的准备，双唇紧闭，戛然而止。

发音练习：

bộp chộp, lồm lộp, phốp pháp, sốp-phơ, hộp chữ, hộp đen, hộp đêm, hộp giảm tốc, hộp số, hộp thư, lốp bốp, lốp cốp, lốp đốp, lộp độp, tốp năm tốp ba

up的发音方法。

发up音时，u的发音较长，过渡到发p的准备，双唇紧闭，戛然而止。

发音练习：

búp-bê, búp măng, búp phê, cúp-pen, đụp đụp, giúp công, giúp đỡ, giúp giập, giúp sức, học đúp, húp híp, lúp túp, múp míp, ẩn núp, núp bóng

ơp的发音方法。

发ơp音时，ơ的发音较长，过渡到发p的准备，双唇紧闭，戛然而止。

发音练习：

bớp, bợp, dớp, đớp, hợp chất, khớp, hợp âm, hợp ca, hợp cách, hợp chất, hợp chủng quốc, hợp đồng, hợp đề, hợp kim, hợp lực, hợp lưu, hợp lẽ, hợp lệ, hợp lý, lớp chọn, lớp học, lớp lang, mắc dớp

âp的发音方法。

发âp音时，â是短音，发音短促，迅速过渡到发p的准备，双唇紧闭，戛然而止。

发音练习：

bấp bênh, bập bà bập bỗng, cấp bách, cấp bậc, cấp chứng chỉ, chấp bút, chấp chính, chấp hành, chấp nhận, lấp la lấp lánh, lập công, lập đông, mấp mé, mập mờ

单元音后加辅音 t。

所有单元音都能跟t相拼，构成韵母。

拼读方法如下。

at的发音方法。

发at音时，a发音较长，过渡到发t的准备，舌尖抵住上齿背，戛然而止。

发音练习：

bát giác, bát ô-tô, bát tráng men, cát hung, cát-xét, đạt vận, hát lễ, hát giống, hạt nhân, khát vọng, mát mẻ, mát-xa, nhát gan, nhạt nhẽo, rát cổ, sát nhập

ăt的发音方法。

发ăt音时，ă是短音，发出ă音后，迅速过渡到发t的准备，舌尖抵住上齿背，戛然而止。

发音练习：

bắt ánh sáng, bắt bóng dè chừng, cắt băng, cắt nghĩa, chắt chiu, chặt chẽ, dắt mũi, đắt khách, đặt chân, đặt tên, mặt trăng, nhặt tin, quắt queo, sắt thép, tắt thở

et的发音方法。

发et音时，e发音较长，过渡到发t的准备，舌尖抵住上齿背，戛然而止。

发音练习：

bét nhè, bọ chét, đét mặt, đét-se, ghét ngon ghét ngọt, két bạc, kẹt vốn, khét lẹt, lẹt đẹt, ăm-pe mét, nét bút, nét mặt, rét run, thét mắng, vét-xi

êt的发音方法。

发êt音时，ê发音较长，过渡到发t的准备，舌尖抵住上齿背，戛然而止。

发音练习：

chết cả đống, chết chìm, dệt gấm, mệt nhọc, mệt xác, kết cục, kết hợp, hết cách, hết hạn, nết na, tết nguyên đán, tết trung thu, thết khách, trệt lết, vết tích, vệt đen

it的发音方法。

发it音时，i发音较短，迅速过渡到发t的准备，舌尖抵住上齿背，戛然而止。

发音练习：

bít tất, bịt mặt, chít chít, con nít, ít ngày, ít nhất, lít nhít, mít đặc, mít tinh, pit-tông, quịt công, quịt nợ, sít sao, thịt mỡ, thịt nạc, tít mắt, tịt mít, vịt đực

ot的发音方法。

发ot音时，o发音较长，过渡到发t的准备，舌尖抵住上齿背，戛然而止。

发音练习：

bỏ sót, bọt bèo, bọt sóng, chim hót, cót két, cọt kẹt, gót sắt, gót sen, gọt vỏ bỏ hột, khọt khẹt, lót dạ, lót lòng, mọt dân, mọt gông, ngọt ngào, ngọt xớt

ôt的发音方法。

发ôt音时，ô发音较长，过渡到发t的准备，舌尖抵住上齿背，戛然而止。

发音练习：

bốt gác ghi, bột củ sen, bột ngọt, đốt lò, đốt phăng, đột kích, đột ngột, gột sạch, hột cơm, lốt chân, lột chức, một chập, một ly một tí, rốt bét, tột lòng, sốt dẻo

ut的发音方法。

发ut音时，u发音较长，过渡到发t的准备，舌尖抵住上齿背，戛然而止。

发音练习：

bút chì, bút danh, cụt hứng, đút lễ, đút lót, ngút ngàn, hút xách, hụt gốc, lụt lội, phút chốc, phụt phụt, sút cân, sụt sịt, rút bớt, rút ngắn

ơt的发音方法。

发ơt音时，ơ发音较长，过渡到发t的准备，舌尖抵住上齿背，戛然而止。

发音练习：

bớt ăn bớt mặc, bớt giá, bợt bạt, đợt đợt, hớt hơ hớt hải, hớt tóc, lớt phớt, lợt lạt, ngớt ngớt, nhớt nhợt, phớt phớt, quần vợt, trớt trớt, trợt lớt, vớt vát, xớt cỏ

ât的发音方法。

发ât音时，â是短音，发音短促，迅速过渡到发t的准备，舌尖抵住上齿背，戛然而止。

发音练习：

bất chấp, bất phân thắng bại, bất nhất, bất nhật, cất cánh, cất hàng, cật lực, cật sức, chất đất, chất ngất, dật sĩ, đất đai, đất khách, giật giải, giật mình, lất phất, lật bật

ut的发音方法。

发ut音时，u发音较长，过渡到发t的准备，舌尖抵住上齿背，戛然而止。

发音练习:

bứt quả, bứt rứt, bứt xé, cứt đái, cứt sắt, dứt đôi, dứt hơi, dứt khúc, dứt lời, dứt tình, dứt ý, mứt kẹo, mứt quả, nứt mắt, nứt nanh, nứt rạn, sứt mẻ, vứt bỏ

Thường thức 常识

越南宪法规定,公民有信仰宗教的自由。越南全国有信徒约2000万人,占全国人口的1/4。

佛教从印度和中国传入越南已经1000多年,包括小乘佛教和大乘佛教。大乘佛教主要是禅宗、净土宗和密宗三大派。越南全国佛教信徒有900多万人。佛教教义在越南佛教信徒心中深深扎根,对人们的思想和道德有重大影响。

天主教在越南是仅次于佛教的第二大宗教,有信徒532.5万人,占全国人口的7%。越南全国有2030个教区,6003座教堂,33位主教,其中一位红衣大主教,三位大主教,2100位牧师,7500名修士(其中6000名是女性)。

信奉伊斯兰教的越南人约有6.5万,主要是中部和南部的占族人。越南国内有86座清真寺。

越南有一种本土独创的宗教——高台教。高台教的图腾是一只眼睛,叫"通天眼"。高台教是佛、道、儒、耶稣四教的组合体,崇拜的人物众多,有玉皇、上帝、老子、孔子、释迦牟尼、耶稣、关公、孙中山、毛泽东、胡志明等,现有信徒20多万。

此外,越南还有人信奉道教、和好教等。

Bài thứ 6　Tổ hợp hai nguyên âm　tổ hợp hai nguyên âm kết hợp với phụ âm　tổ hợp ba nguyên âm　tổ hợp ba nguyên âm kết hợp với phụ âm

第六课　双元音 双元音后加辅音 三元音 三元音后加辅音

1. 定义

双元音：指两个元音固定组合在一起发出的音。

双元音后加辅音：指两个元音组合在一起，跟后面一个辅音拼读发出的音。

三元音：指三个元音组合在一起拼读发出的音。

三元音后加辅音：指三个元音组合在一起，跟后面　个辅音拼读发出的音。

2. 双元音的发音方法

前响双元音。

前响双元音是指两个元音组合在一起，其中前面的元音发音时音长较长，音量较大，后面的元音发音较短，音量较小；发完前面的元音后自然滑动到后面的元音，一气呵成。

ai的发音方法。

发完a音后自然滑动到i音。a音拉得较长，i发音较短。

发音练习：

bài báo, bài hát, bãi công, bài tụng, cai trị, cải bắp, cải chính, cải tà quy chính, cải trang, đãi khách, đại bác, đại bộ phận, đại ngôn, đại sứ, đại thắng, giải thích, giải trí

ao的发音方法。

在这个双元音中，a的读音不变，发音较长；o的音读成u。发完a音后自然滑动到u音。

发音练习：

dao cạo, dao động, đào ngũ, đào tạo, giao thông, giáo chủ, giáo dục, khảo chứng, khảo sát, mao quản, mạo danh, nao núng, náo nức, tao phùng, tào phớ, tạo lập, tạo thành

eo的发音方法。

在这个双元音中，e的读音不变，发音较长；o的音读成u，发音较短。发完e音后自然滑动到u音。

发音练习：

béo, bèo tấm, đeo gông, đeo cùm, đẽo gọt, gieo giống, gieo trồng, khéo léo, leo kheo, lẹo mắt, mèo đồng, neo đơn, theo gót, thèo lẻo, treo giá, trèo leo, trong veo

êu的发音方法。

在这个双元音中，ê的发音较长，u发音较短。发完ê音后自然滑动到u音。

发音练习：

bêu bêu, cây nêu, đều đặn, kêu gọi, kêu van, lêu lêu, lều khều, mếu máo, nêu bóng, nếu như, nghễu nghện, nổi lều phều, thều thào, trắng phếu, xêu lên

ia (ya)的发音方法。

在这个双元音中，i的读音不变，发音较长；a的音读成ơ，发音较短。发完i音后自然滑动到ơ音。ya只在uya情况下使用。

发音练习：

dựng bia, bắn bia, bia danh, bìa giả, bịa đặt, chia cắt, chia xẻ, chĩa ba, đĩa cúng, đĩa hát, đĩa mềm, địa bàn, địa chất, mía đỏ, via than, sia chân, tia an-pha, tia tía

    iu**的发音方法。**

    在这个双元音中，i的发音较长，u的发音较短。发完i音后自然滑动到u音。

    发音练习：

    bìu bịu, bìu díu, chíu chít, chịu khó, chịu nóng, đìu hiu, hiu hiu, hiu quạnh, kĩu ca kĩu kịt, líu nhíu, líu quíu, líu tíu, nhíu nhó, nhịu mồm, thiu thiu, thiu thối

    ơi**的发音方法。**

    在这个双元音中，ơ的发音较长，i的发音较短。发完ơ音后自然滑动到i音。

    发音练习：

    bơi đứng, bơi ếch, bơi tự do, chơi ác, chơi bời, đời đời, đời sống, đợi thời, gợi ý, hơi hơi, hởi lòng hởi dạ, khởi công, khởi nghĩa, lơi lỏng, lời dặn, lợi dụng, lợi ích

    oi**的发音方法。**

    在这个双元音中，o的发音较长，i的发音较短。发完o音后自然滑动到i音。

    发音练习：

    bói bài, bói que, chói lọi, chòi bán sách, chòi vòi, coi khinh, coi trọng, cõi mộng, dõi dõi, đói meo, đói rách, giỏi giang, hỏi thăm, khói bếp, lòi tói

    ôi**的发音方法。**

    在这个双元音中，ô的发音较长，i的发音较短。发完ô音后自然滑动到i音。

    发音练习：

    côi cút, cối đá, cỗi gốc, dối trá, dồi dào, đôi bên, đối lập, đối sách, đối xứng, phôi thai, sôi bọt, sôi nổi, thôi học, thối nát, thổi cơm, thổi ngạt, trôi giạt, vôi cát, vội vã, vội vàng

ui**的发音方法。**

在这个双元音中，u的发音较长，i的发音较短。发完u音后自然滑动到i音。

发音练习：

búi tóc, bùi béo, bụi đời, chui rúc, cui cút, cũi tù, dúi dối, giúi giụi, lúi húi, lùi xùi, lủi thủi, múi giờ, mũi dùi, núi cao, rủi ro, sùi sùi, thui thủi, trụi lủi, trụi nhẵn

ưi**的发音方法。**

在这个双元音中，ư的发音较长，i的发音较短。发完ư音后自然滑动到i音。

发音练习：

chửi bóng chửi gió, chửi bới, chửi chó mắng mèo, chửi chữ, chửi đổng, chửi lộn, gửi lòng, gửi lời, gửi rể, gửi bán, gửi gắm

ưa**的发音方法。**

在这个双元音中，ư的读音不变，a的音读成ơ。发完ư音后自然滑动到ơ音。

发音练习：

bừa bãi, bừa mứa, bừa phứa, bữa hôm, bữa trưa, chưa bao giờ, sửa mình, cưa sọc, cưa tròn, cửa cấm lửa, cửa hàng, dưa cải, đưa mắt, lựa chọn, mưa gió

iê（yê）**的发音方法。**

在这个双元音中，i的发音较长，ê的发音较短。发完i音后自然滑动到ê音。这个双元音不能单独构成韵母。yê在零声母（没有声母）的情况下，须用"yê+辅音"的形式才能构成音节，如：yêm, yên, yêt 等。

uô**的发音方法。**

在这个双元音中，u的发音较长；ô的发音较短，发完u音后自然滑动到ô音。这个双元音不能单独构成韵母。

ua的发音方法。

这个双元音的读音跟uô一样，u的读音不变，发音较长；a的音读成ô，发完u音后自然滑动到ô音。

发音练习：

búa bổ củi, búa hơi, bùa dấu, bủa giăng, chó sủa, chua ngọt, chua mặn, chúa giời, chúa rừng, đua tranh, đua xe đạp, hùa theo, khua động, lúa sớm, mua bán

uơ的发音方法。

发完u音后自然滑动到ơ音，一气呵成。这个双元音不能单独构成韵母。

后响双元音。

后响双元音是指双元音中，前面的元音音长较短，音量较小；后面的元音发音时较长，音量较大。发出前面的元音后迅速、自然滑动到后面的元音，一气呵成。

ay的发音方法。

在这个双元音中，a发ă的音，发音时间很短，迅速过渡到y音，y的发音拖得较长。

发音练习：

bay, bày đặt, cày cạy, cày bừa, cháy bỏng, cháy nắng, chảy máu, chạy máy, đáy lòng, gay gắt, gãy khúc, giày ống, hay hay, van lạy, lạy van, may mắn

au的发音方法。

在这个双元音中，a发ă的音，发音时间很短，迅速过渡到u音，u的发音拖得较长。

发音练习：

báu vật, bàu ao, cau cảu, càu cạu, càu nhàu, cảu nhảu, chau mày, cháu dâu, cháu môi, dàu dàu, đau lòng, đau lưng, gàu đạp, giàu mạnh, hau háu

ây的发音方法。

在这个双元音中，â的发音时间很短，迅速过渡到y音，y的发音拖得较长。

发音练习：

cây dừa, cấy lúa, đây đẩy, đầy bụng, gây gây, gậy gỗ, giây lát, giấy than, hây hẩy, lây bây, lầy nhầy, mấy đời, ngây ngấy, sây sát, sấy tóc, sảy chân, thây lẩy

âu的发音方法。

在这个双元音中，â的发音时间很短，迅速过渡到u音，u的发音拖得较长。

发音练习：

bấu níu, bầu bậu, cầu chì, cầu máng, cẩu thả, châu báu, dâu tằm, dầu bạc hà, đâu đâu, đấu thầu, đầu gấu, đầu nâu, hầu như, lâu lâu, lẩu bẩu, mẫu vật, mậu dịch

oa的发音方法。

在这个双元音中，o的发音时间相对较短，滑动到a音，a的发音拖得相对较长。

发音练习：

chóa mắt, dọa dẫm, dọa già dọa non, đóa hoa, hoa đào, hoa hậu, hóa đơn, hóa tục, hòa bình, hòa mạng, hỏa tốc, họa mi, loa phóng thanh, lòa xòa, lỏa xỏa

oe的发音方法。

在这个双元音中，o的发音时间相对较短，滑动到e音，e的发音拖得相对较长。

发音练习：

choe chóe, hoe hoe, khoe danh, khoe mẽ, khoe mình, khoe tài, mánh khóe, cạnh khóe, khỏe mạnh, lóe mắt, lòe bịp, lòe đời, loe toe, nhái ngóe, nhoe nhóe

uê的发音方法。

在这个双元音中，u的发音时间相对较短，发完u音，滑动到ê音，ê的发音拖得相对较长。

发音练习：

ân huệ, đề huề, huệ lan, nhuế nhóa, tinh nhuệ, nhuệ khí, nhuế nhóa, nhuệ độ, thuế nhập khẩu, sum suê, thuê bao, thuế quan, thuế vụ, vạn tuế , tuệ lực

uy的发音方法。

在这个双元音中，u的发音时间很短，发完u音，迅速滑动到y音，y的发音拖得较长。

发音练习：

thủy thủ, duy tâm, duy tu, huy động, húy kỵ, hủy báng, hủy bỏ, lũy cao hào rộng, lũy kế, lũy tre, nguy cơ, nguy nga, ngụy chứng, ngụy trang, truy sát, tùy ý

uơ的发音方法。

跟ua的发音一样，u的发音时间较短，发完u音，滑动到ơ音，ơ的发音拖得相对较长。

发音练习：

từ thuở, chửi bâng quơ, mấy thuở, thuở giờ, thuở nào, thuở xưa

uu的发音方法。

在这个双元音中，u的发音时间较短，发完u音，快速滑动到u音，u的发音拖得较长。

注意：

这个音越南人常发成iu，如bưu điện 读成 biu điện，lưu loát读成

liu loát 等。

发音练习：

bưu cục, bưu phẩm, bửu bối, cưu mang, cứu chữa, cứu hỏa, cứu mạng, cừu thù, lưu ban, lưu lại, lưu niên, lưu thông, lưu vực, lựu đạn, sưu dịch, sưu tầm, sưu thuế

oo的发音方法。

在这个双元音中，第一个o发ô的音，时间较短，发完ô音，快速滑动到第二个o音，第二个o音发音拖得较长。这个双元音不能单独做韵母。

3. 双元音后加辅音构成的韵母

为了方便拼读，我们将双元音后加辅音分解成"单元音+单元音后加辅音"。

前响双元音后加辅音构成的韵母。

前响双元音后加辅音是指跟后面辅音拼读的两个元音，重音放在前一个元音上。

iêm (yêm)的发音方法。

如前所述，为了拼读方便，我们把它分解为i + êm，再拼读。方法是：先读i，然后自然地过渡到êm，重音在i，一气呵成。yêm可以单独构成音节。

发音练习：

châm biếm, biếm họa, chiêm nghiệm, chiếm lĩnh, diêm la, điểm chiêm bao, điểm sách, hiểm ác, liêm chính, nghiêm túc, nghiệm thu, từ nhiệm, phiếm chỉ

iên (yên)的发音方法。

拼读时，先读i，然后自然地过渡到ên，一气呵成。yên可以单独构成音节。

发音练习：

biên bản, biên giới, biên lai, biên tập, biến áp, biến giọng, biến hình, biến thế, biến thiên, chiên đàn, chiến công, chiến đấu, chiến khu, chiến sĩ, chiên chiện, điên đảo, điền kinh, điện áp, điện ba, điện cực

iêng (yêng)**的发音方法。**

拼读时，先读i，然后自然地过渡到êng，一气呵成。yêng可以单独构成音节。

发音练习：

biếng ăn, biếng chơi, tứ chiếng, giêng hai, giếng dầu, liểng xiểng, bay liệng, miếng ăn, nổi tiếng, nghiêng nghiêng, niềng niệng, riêng tư, thiêng liêng

iêp**的发音方法。**

拼读时，先读i，然后自然地过渡到êp，一气呵成。

发音练习：

chiếp chiếp, điệp âm, điệp báo, điệp trùng, ngủ thiếp, hiệp sức, khiếp sợ, kiếp kiếp, liếp nhiếp, nghiệp dư, nghiệp vụ, nhiếp ảnh, thiếp mời, thiếp thiếp

iêt (yêt)**的发音方法。**

拼读时，先读i，然后自然地过渡到êt，一气呵成。

发音练习：

biết bao, biết ơn, biệt ly, biệt thự, chiết khấu, chiết trung, diệt trùng, tinh khiết , miệt mài, nghiệt ngã, nhiệt liệt, quân phiệt, riết róng, triết học, triệt để.

iêc**的发音方法。**

拼读时，先读i，然后迅速过渡到êc，一气呵成。

发音练习：

chiếc bóng, chiếc than, diệc bộ diệc xu, điếc đặc, điếc đầu điếc óc, điếc không sợ súng, điếc tai, liếc mắt, liếc ngang liếc dọc, liếc trộm, thiếc già, thiếc hàn, xanh biếc

后响双元音后加辅音构成的韵母。

后响双元音后加辅音是指双元音跟后面的辅音拼读构成韵母，两个元音中，重音放在后一个元音上。

后响双元音后加辅音的拼读方法跟前响双元音后加辅音一样，先发前一个元音，再跟后面部分拼读。

以o开头构成的双元音后加辅音的韵母。

oam的发音方法。

先发o音，音长较短，然后迅速过渡到am，a音较长，一气呵成。

发音练习：

chó ngoạm thịt, ngoam ngoáp, ngoàm, oam oam

oan的发音方法。

先发o音，音长较短，然后迅速过渡到an，a音较长，一气呵成。

发音练习：

choán chỗ, choán ngôi, đoan chính, đoan ngọ, đoàn viên, loan báo, loan giá, ngoan cố, ngoan ngoãn, noãn bào, mưu toan, toán loạn, toàn bộ, toàn thể

oanh的发音方法。

先发o音，音长较短，然后迅速过渡到anh，一气呵成。

注意：

anh中的a读e音，并且音长较短。

发音练习：

choành hoảnh, hoành tráng, doanh nghiệp, doanh ngân, hoành đồ, hoành hành, hoạnh tài, khoanh tay, loanh quanh, ngoảnh đi ngoảnh lại, xoành xoạch

oang的发音方法。

先发o音，音长较短，然后迅速过渡到ang，a音较长，一气呵成。

发音练习：

choang choang, choang choáng, đoảng vị, loáng thoáng, loạng choạng, nhoang nhoáng, thoang thoảng, thoáng thoáng, ngập ngoạng

oap的发音方法。

先发o音，音长较短，然后迅速过渡到ap，a音较长，一气呵成。

发音练习：

ngoam ngoáp, ngoáp ngoáp, oàm oạp, oạp oạp, ộp oạp.

oat的发音方法。

先发o音，音长较短，然后迅速过渡到at，a音较长，一气呵成。

发音练习：

đoạt chức, đoạt giải, đoạt ngôi, chiếm đoạt, hoạt hình, hoạt chất, hoạt bát, hoạt động, hoạt họa, loạt soạt, ki-lô-oát, thoát khỏi, thoát ly, thấm thoát

oach的发音方法。

先发o音，音长较短，然后迅速过渡到ach，一气呵成。

注意：

ach中的a读e音，并且音长较短。

发音练习：

hoạch định, kế hoạch, thu hoạch, oách, ngã oạch, xoành xoạch, ngoạch ngoạc

oac的发音方法。

先发o音，音长较短，然后迅速过渡到ac，a音较长，一气呵成。

发音练习：

loạc choạc, hếch hoác, hoang hoác, khoác lác, khoác láo, nghệch ngoạc, toác hoác, toang hoác, toạc, loạc choạc, ngoác miệng, ngoạc mồm

oăm的发音方法。

先发o音，然后迅速过渡到ăm，一气呵成。要注意ă是短音，整个韵母发音都较短。

发音练习：

sâu hoăm, khoăm khoăm, khoăm, mũi khoăm

oăn的发音方法。

先发o音，然后迅速过渡到ăn，一气呵成。要注意ă是短音，整个韵母发音都较短。

发音练习：

loăn xoăn, thoăn thoắt, tóc xoăn, xoắn khuẩn, xoắn ốc, xoắn trùng, xoăn tít, xoắn xuýt, xoắn củ tỏi, oằn oại, oằn tù tì, loăn xoăn, ngoăn ngoeo

oăng的发音方法。

先发o音，然后迅速过渡到ăng，一气呵成。要注意ă是短音，整个韵母发音都较短。

发音练习：

thoắng, loắng thoắng, loằng ngoằng, thói hoăng, hoăng hoắc, hoăng hoăng, hoẵng vĩ, hoẵng viễn, con hoẵng, khoắng, loằng quăng, loằng ngoằng

oăp的发音方法。

先发o音，然后迅速过渡到ăp，一气呵成。要注意ă是短音，整个韵母发音都较短。

发音练习：

choằm choăp, đầy oăp, ù oăp

oăt的发音方法。

先发o音，然后迅速过渡到ăt，一气呵成。要注意ă是短音，整个韵母发音都较短。

发音练习：

thoắt thấy, thoắt chốc, thoắt thoắt, thoăn thoắt, oắt con, oắt tù tì, oặt, loắt choắt, choắt choắt, choăn choắt, hoắt hoắt, ngoắt ngoéo, ngoặt ngoẹo, mềm oặt

oăc的发音方法。

先发o音，然后迅速过渡到ăc，一气呵成。要注意ă是短音，整个韵母发音都较短。

发音练习：

hoăc, hoăc loạn, hoặc, ngoăc, ngoăc ngoải, ngoăc ngoặc, mở ngoặc, ngoặc đơn, ngoặc kép, ngoặc tay

oem的发音方法。

先发o音，读音较短，然后迅速过渡到em，一气呵成。

发音练习：

ngoem ngoém, ngoém ngoém, ngoẻm

oen的发音方法。

先发o音，读音较短，然后迅速过渡到en，一气呵成。

发音练习：

choèn mắt, choèn choèn, choèn choẹt, choen choét, hoen dầu, hoen rỉ, ngoen ngoẻn, ngoẻn ngoẻn, toen hoẻn, xoen xoét, xoèn xoẹt, nhoen nhoẻn, nhoẻn nhoẻn, hoen ố

oet的发音方法。

先发o音，读音较短，然后迅速过渡到et，一气呵成。

发音练习：

đỏ hoét, lòe loẹt, loét dạ dầy, loét mắt, nhổ toẹt, nhão nhoét, nhoẹt, nói hoẹt toét mắt, toét nhèm, toe toét

oong的发音方法。

第一个o发ô的音，然后过渡到第二个o，再自然过渡到舌根鼻音ng，一气呵成。

注意：

此处的ong不用闭嘴、鼓气，过渡到鼻音ng，并保持发o音的口形。

发音练习：

boong boong, boong-ke, cải xoong, coóc-xê, xe goòng, goòng máy, soong, xoong

ooc的发音方法。

第一个o发ô的音,过渡到第二个o，然后再做发c音的准备，戛然而止，一气呵成。

注意：

此处的oc不用闭嘴、鼓气，发音结束时保持发o音的口形。

发音练习：

cong-xoóc-xi-um, hoóc-môn, rơ-moóc, oóc-dơ

以u开头构成的双元音后加辅音的韵母。

uân的发音方法。

先发u音，读音较短，然后迅速过渡到ân，一气呵成。要注意â也是短音，整个韵母发音都较短。

发音练习：

chuẩn bị, chuẩn y, chuẩn tắc, huân công, huấn học, huấn lệnh, khuân vác, khuẩn tròn, luân canh, luân phiên, luẩn quẩn, luận án, luận chứng, luận văn, quân bị, quân lực

uât的发音方法。

先发u音，读音较短，然后迅速过渡到ât，一气呵成。要注意â也是短音，整个韵母发音都较短。

发音练习：

khuất bóng, khuất gió, khuất khúc, khuất tất, khuất mắt, khuất phục, luật hình, luật khoa, luật pháp, quật quật, thuật ngữ, tường thuật, thuật toán, xuất bản

uâng的发音方法。

先发u音，读音较短，然后迅速过渡到âng，一气呵成。

发音练习：

thâm quầng, quầng sáng, quầng mắt, quầng trăng

uôm的发音方法。

先发u音，读音较短，然后迅速过渡到ôm，一气呵成。

发音练习：

ao chuôm, vàng xuộm, tuồm huôm, ruộm, nuốm, màu nhuôm, nhuôm nhuôm, nhuốm bệnh, nhuộm tóc, lò nhuộm, cây muỗm, luôm nhuôm

uôt的发音方法。

先发u音，读音较短，然后迅速过渡到ôt，一气呵成。

发音练习：

ruột, ruột thịt, lạnh buốt, buốt cóng, buột miệng, trắng muốt, nuốt chửng, nuốt hận, nuốt không, nuốt lời, nuốt sống, tuốt luốt, tuốt tuột, vuốt đuôi

uôn的发音方法。

先发u音，读音较短，然后迅速过渡到ôn，一气呵成。

发音练习：

buôn bán, buôn lậu, buồn bã, buồn ngủ, chuồn chuồn, cuốn gói, cuồn cuộn, khuôn chữ, khuôn mặt, khuôn xanh, luôn luôn, luôn thể, luồn cúi

uông的发音方法。

先发u音，读音较短，然后迅速过渡到ông，一气呵成。

注意：

此处的ông不用闭嘴、鼓气，发音时先发ô音，自然过渡到鼻音ng，并保持ô的发音口形。

发音练习：

ruồng bỏ, ruỗng nát, ruộng bãi, ruộng đất, buông lời, buông tuồng, buồng ăn, buồng khách, buồng tắm, chuồng gà, chuộng lạ, cuống cuồng,

cuồng bạo

uôc的发音方法。

先发u音，读音较短，然后迅速过渡到ôc，一气呵成。

注意：

此处的ôc不用闭嘴、鼓气，发音时先发u音，自然过渡到发c音的准备，戛然而止，并保持ô的发音口形。

发音练习：

buộc, buộc lòng, buộc tội, cuốc bàn, cuốc chim, cuốc xẻng, cuộc đời, cuộc sống, gà luộc, quốc gia, thuốc bắc, thuốc bổ, thuốc ho, thuốc tiêm

uyn的发音方法。

先发u音，读音较短，然后迅速过渡到yn(发音同in)，一气呵成。

发音练习：

màn tuyn, suyn-phuya

uyt的发音方法。

先发u音，读音较短，然后迅速过渡到yt (发音同it，y发音较长)，一气呵成。

发音练习：

huýt sáo, suýt nữa, xuýt xoa, xuýt xoát, tuýt-xi, tuýt-xo, nước suýt, suýt soát, suyt, xoắn xuýt

uynh的发音方法。

先发u音，读音较短，然后迅速过渡到ynh（发音同inh），一气呵成。

发音练习：

huynh đệ, huynh tay huynh chân, lưu huỳnh, huỳnh quang, huỳnh tuyền, luýnh quýnh, khuynh đảo, khuynh gia, khuynh quốc

uych的发音方法。

先发u音，读音较短，然后迅速过渡到ych（发音同ich），一气呵成。

发音练习：

huých cho một cái, huỵch toẹt, huỳnh huỵch, ăn mặc luých, uêch uỳnh uỵch

uênh的发音方法。

先发u音，读音较短，然后迅速过渡到ênh，一气呵成。

发音练习：

huênh hoang, nhuềnh nhoàng, quênh quang, quếnh quáng, quềnh quàng, uềnh oàng, xuềnh xoàng

uêch的发音方法。

先发u音，读音较短，然后迅速过渡到êch，一气呵成。

发音练习：

chuệch choạc, huếch hoác, huệch hoạc, nguệch ngoạc, rỗng tuếch, rộng huếch

uyp的发音方法。

先发u音，读音较短，然后迅速过渡到yp(发音同ip，i发音较长)，一气呵成。

发音练习：

tuýp thuốc vẽ, tuýp đèn nê-ông, tuýp thuốc đánh răng

以u开头构成的双元音后加辅音的韵母。

ươm的发音方法。

先发u音，然后迅速过渡到ơm，一气呵成。

发音练习：

bươm bướm, bướm hoa, bướm ngài, bướm ong, bướm săng, bướm tằm, chườm nước lạnh, duyên đượm, đượm đà, gươm đao, gươm giáo

ươp的发音方法。

先发u音，然后迅速过渡到ơp，一气呵成。

发音练习：

bảy bượp, chượp, cướp biển, cướp bóc, cướp công, cướp đoạt, cướp giật, cướp lời, cướp phá, cướp trại, cướp bóc, cướp ngôi, cướp phá, cây mướp

ươn的发音方法。

先发u音，然后迅速过渡到ơn，一气呵成。

发音练习：

bay lượn, bươn bả, bươn tới, đườn đưỡn, hườn, lươn khươn, lươn lẹo, lươn mươn, lườn gà, lượn lờ, mướn công, mượn cớ, mượn mõ, mượn ý

ươt的发音方法。

先发u音，然后迅速过渡到ơt，一气呵成。

发音练习：

ướt rượt, mệt khướt, lướt mướt, lướt thướt, lượt là lượt thượt, rượt giặc, rượt rượt, tóc mượt, mượt mà, sướt mướt, say khướt, xanh mướt

ương的发音方法。

先发u音，然后迅速过渡到ơng，一气呵成。

发音练习：

bương, bướng bỉnh, chương chướng, chương hồi, chương trình, chướng mắt, đương cục, đương lượng, đường biển, đường kính, đường mía

ươc的发音方法。

先发u音，然后迅速过渡到ơc，一气呵成。

发音练习：

chức tước, tước quân hàm, bước cao bước thấp, bước đầu, bước ngoặt, cước chú, cước khí, được cuộc, được lòng, hài hước, tước đoạt

4. 三元音韵母

由三个元音组成的韵母，叫三元音韵母。为了方便拼读，我们还是把第一个元音分开读，然后再跟后两个元音相拼。

前响三元音。

指重音落在第一个元音上的三个元音组合。

iêu的发音方法。

先发i音，然后过渡到êu，一气呵成。

发音练习：

liễu liệu, liều mạng, mày liễu, liệu hồn, liệu sức, thiêu táng, thiêu thân, thiếu niên, tiêu biểu, tiêu dùng, tiêu thụ, tiếu lâm, tiểu ban, tiểu phỉ

yêu的发音方法。

发音跟iêu完全一样，区别在于yêu可以单独构成音节，而iêu要有声母才能构成音节。

中响三元音。

指重音落在中间元音上的三个元音组合，中间元音发声较长，头、尾两个元音音长较短。

以o开头的中响三元音。

oai的发音方法。

先发o音，发音较短，然后过渡到ai，一气呵成。

发音练习：

hoài bão, hoài công, hoài hơi, hoài niệm, hoài tưởng, phá hoại, loài chim, loài có vú, loại bỏ, loại trừ, ngoài khơi, ngoài trời, ngoại giao, ngoại ngữ

oay的发音方法。

先发o音，发音较短，然后过渡到ay，一气呵成。

注意：

此处a读成ă音，所以a的读音实际是短音，y的读音相对较长。

发音练习：

loay hoay, khoáy lệch, khoáy ngay, ngoay ngoảy, nhoay nhoáy, xoay chiều, xoay quanh, xoay trần, xoay vòng, xoáy đậu, xoáy tay

oao的发音方法。

先发o音，发音较短，然后过渡到ao，一气呵成。

注意：

此处后面的o读成u音。

发音练习：

ngoao, ngoao nhoao, ngoáo, ngoáo ộp

oeo的发音方法。

先发o音，发音较短，然后过渡到eo，一气呵成。

注意：

此处后面的o读成u音。

发音练习：

ngoeo ngoeo, ngoéo tay, ngoẻo, ngoẹo đầu, ngoẹo cổ

以u开头的中响三元音。

uây的发音方法。

先发u音，发音较短，然后过渡到ây，一气呵成。

注意：

由于â是短音，因此y的读音相对较长。

发音练习：

khuây khỏa, khuấy đảo, khuấy động, quây quanh, quây quần, quây quẩy, quây tròn, quấy nghịch, quấy nhiễu, quấy quá, quấy rầy, quấy rối, quẩy quẩy

uôi的发音方法。

先发u音，发音较短，然后过渡到ôi，一气呵成。

发音练习：

buổi chiều, buổi chợ, buổi họp, buổi trưa, chuối tây, chuối hoa, chuối tiêu, chuối cổ, cuối bài, cuối cùng, cuối đời, cuối tháng, muối hột, muối khoáng

uya的发音方法。

先发u音，发音较短，然后过渡到ya (读iơ)，一气呵成。

发音练习：

khuya khoắt, khuya lắc, khuya sớm, thức khuya, về khuya

uyê的发音方法。

先发u音，发音较短，然后过渡到yê(读iê)，一气呵成。这个三元音不能单独做韵母，只能跟n和t相拼，构成uyên和uyêt。

uyu的发音方法。

先发u音，发音较短，然后过渡到yu (读iu)，一气呵成。

发音练习：

khuỷu, khuỷu sông, khuỷu tay, ngã khuỷu

以u开头的中响三元音。

uơi的发音方法。

先发u音，发音较短，然后过渡到ơi，一气呵成。

发音练习：

bưởi rưởi, cưới chợ, cưới xin, cười ha hả, cười thầm, cưởi cổ, cưởi rồng, dưới đây, đười ươi, lưới đạn, lưới điện, lưới trời, lưỡi cưa, lượi rượi, tươi

uơu的发音方法。

先发u音，发音较短，然后过渡到ơu，一气呵成。

发音练习：

bưou đầu, bướu lạc đà, cất rượu, hươu bắc, hươu cao cổ, hươu sao, hươu vượn, rượu bia, rượu cồn, rượu cốt-nhác, rượu nho, rượu vang

5. 三元音后加辅音

三元音后加辅音是指一个三元音后面加上一个辅音，共同构成韵母。三元音后加辅音的韵母只有两个：uyên 和uyêt。

uyên的发音方法。

先发u音，发音较短，然后过渡到yên(读iên)，一气呵成。

发音练习：

chuyên án, chuyên gia, chuyên môn, chuyến đi, truyền máu, chuyển động, chuyển hướng, chuyển nhượng, huyền ảo, huyền thoại, huyễn hoặc

uyêt的发音方法。

先发u音，发音较短，然后过渡到yêt(读iêt)，一气呵成。

发音练习：

huyết áp, huyết chiến, huyết dịch, huyết tương, khuyết điểm, khuyết tật, nguyệt hoa, nguyệt lão, nguyệt phí, nguyệt thực, thuyết minh, thuyết phục

6. 外来词的读法

这里所说的外来词，主要指除汉语外，从英语、法语及其他国家借用的词，其读法主要有以下几点。

按越南语发音习惯拼读。

在越南语中有大量的外来词，这些外来词过去是按照越南语的发音习惯，即按照音节进行拼读和书写的，并用连音号连接，如：amino acid（氨基酸），就把它写成a-mi-nô a-xít；又如photocopy，越南语写成phô-tô-cô-pi，并按每个音节逐个读出来。

按外文原文书写读法。

由于现代科技日新月异，外来词汇日益增多，现在越南语外来词多是直接使用，而不再按越南语的拼写规则拼写。如：上述所举photocopy的例子，现在也直接使用；计算机用语中的next (下一步)，越南电脑教科书也原封不动照搬。这种现象目前在越南科技书中很常见。这种原封不动照搬过来的外来语可以有两种读法。

按外来词原来的读音读。

如next 读 / nekst/；program 读 /'prəugræm/ 。

按音节划分来发音。

如photocopy 还是发phô-tô-cô-pi。

按音节划分来发音有两种情况：

（1）当外来词中元音后面是必须发音的辅音如/d/, /t/, /x/, /s/, /k/, /p/ 等时，要读成入声韵，如，next /nekst/，读成néch；card /kɑ:d/，读成 các等。

(2) 如果音节后面紧跟着的是两个以上的辅音，只发最靠近元音的那个辅音（不发音的除外），如，next中有两个辅音 /s/ 和 /t/，但只发 /t/ 音，如ports /pɔ:ts/发pót。

如果元音后的辅音不是入声韵，有的也按相近的入声韵发音。如，finish 发成phi-nít，FOB读phóp，CIF读xíp。有的时候也不读后面的辅音，只读元音。

部分英语单词的越南语通常读法举例。

next→nech; computer→com-pui-tơ; detail→diten; model→moden; diesel→diesen; ports→pot; sharing→se-ring; chooser→tru-sor; programs→pro-g-ram; recommended→ri-com-men; netword→net-uốc; configuration→con-fi-giu-rei-sun

关于外来词的读法问题，目前还没有规范的说法，上面只做了一些简单的介绍，希望能起抛砖引玉的作用，更多的要靠学习者在实践中自己体会、掌握。

Thường thức 常识

越南行政区划分为5个直辖市和59个省。

5个直辖市分别为首都河内(Hà Nội)，经济中心胡志明市（Thành

phố Hồ Chí Minh），北方最大港口城市海防（Hải Phòng），中部最大城市岘港（Đà Nẵng），南部新兴经济中心芹苴（Cần Thơ）。

其他省份如下：安江省（An Giang），北江省（Bắc Giang），北泮省（Bắc Kạn/Cạn），薄寮省（Bạc Liêu），北宁省（Bắc Ninh），巴地—头顿省（Bà Rịa-Vũng Tàu），槟椥省（Bến Tre），平定省（Bình Định），平阳省（Bình Dương），平福省（Bình Phước），平顺省（Bình Thuận），金瓯省（Cà Mau），高平省（Cao Bằng），昆嵩省（Kon Tum），多乐省（Đắk Lắk/Đắc Lắc），多侬省（Đắk Nông/Đắc Nông），奠边省（Điện Biên），同奈省（Đồng Nai），同塔省（Đồng Tháp），嘉莱省（Gia Lai），海阳省（Hải Dương），河江省（Hà Giang），河南省（Hà Nam），河西省（Hà Tây），河静省（Hà Tĩnh），后江省（Hậu Giang），和平省（Hòa Bình），兴安省（Hưng Yên），庆和省（Khánh Hòa），坚江省（Kiên Giang），莱州省（Lai Châu），谅山省（Lạng Sơn），老街省（Lào Cai），林同省（Lâm Đồng），隆安省（Long An），南定省（Nam Định），义安省（Nghệ An），宁平省（Ninh Bình），宁顺省（Ninh Thuận），富寿省（Phú Thọ），富安省（Phú Yên），广平省（Quảng Bình），广南省（Quảng Nam），广义省（Quảng Ngãi），广宁省（Quảng Ninh），广治省（Quảng Trị），朔庄省（Sóc Trăng），山罗省（Sơn La），西宁省（Tây Ninh），太平省（Thái Bình），太原省（Thái Nguyên），清化省（Thanh Hóa），承天—顺化省（Thừa Thiên-Huế），前江省（Tiền Giang），茶荣省（Trà Vinh），宣光省（Tuyên Quang），永隆省（Vĩnh Long），永福省（Vĩnh Phúc），安沛省（Yên Bái）。

越南语字母表

字母		读音	字母		读音
大写	小写		大写	小写	
A	a	a	N	n	en-nờ
Ă	ă	á	O	o	o
Â	â	ấ	Ô	ô	ô
B	b	bê	Ơ	ơ	ơ
C	c	xê	P	p	pê
D	d	dê	Q	q	cu
Đ	đ	đê	R	r	e-rờ
E	e	e	S	s	ét-sì
Ê	ê	ê	T	t	tê
G	g	giê	U	u	u
H	h	hát	Ư	ư	ư
I	i	i	V	v	vê
K	k	ca	X	x	ích-sì
L	l	e-lờ	Y	y	i-cờ-rét(i dài)
M	m	em-mờ			

PHẦN II BÀI ĐỌC KHẨU NGỮ
下篇 口语课文

Bài thứ 7   Chào hỏi   từ biệt
第七课   问候   告别

Kiểu câu thường dùng   常用句型

Chào…!

······好!

Xin chào…!

······好!

… khỏe không?

······身体好吗?

Chào…!

······再见!

Xin tạm biệt…!

······告辞!

Hẹn gặp lại!

下次见!

Những câu cơ bản   基本句型

1. Chào anh!

你好! (对同辈男性)

Chào chị!

你好! (对同辈女性)

2. Anh có khỏe không?

你身体好吗? (对同辈男性)

Vâng, tôi khỏe, còn chị?

好，我身体好，你呢? (对同辈女性)

Tôi cũng khỏe, cám ơn anh!

我也好，谢谢你! (对同辈男性)

Tôi vẫn bình thường, cám ơn anh!

我还可以，谢谢你! (对同辈男性)

3. Em chào thầy ạ!

老师好! （对男性）

Chào em!

你好!

4. Thưa các ông, thưa các bà!

先生们，女士们：你们好! （用于演讲前）

5. Chào tạm biệt!

再见!

Tạm biệt anh!

再见! (对同辈男性)

6. Hẹn gặp lại!

下次见!

Vâng, hẹn gặp lại!

后会有期!

Đàm thoại theo tình huống 情景对话

Hội thoại I   Thăm hỏi 1
会话1   问候1

Em chào thầy ạ!

老师好！（对男教师）

Em chào cô ạ!

老师好！（对女教师）

Chào em!

你好！（对学生）

Cháu chào chú ạ!

叔叔好！

Cháu chào bác ạ!

伯伯好！

Cháu chào cụ ạ!

老爷爷（老奶奶）好！（对70岁以上的老人）

Chào anh!

你好！（对同辈男性）

Dạo này anh có khỏe không?

最近身体好吗？

Cám ơn, tôi khỏe, còn anh?

谢谢！我身体好，你呢？

Tôi cũng khỏe.

我也好！

Chào đồng chí!

你好！

Hội thoại II   Thăm hỏi 2
会话2   问候2

Chào bác!

（伯伯）早上好！

Chào anh!

早上好！

Bác tập chạy à?

您跑步啊？

Ừ, bác đi tập chạy.

唔，我去跑步。

Chào cô！

下午好！

Cô đi đâu đấy?

您去哪里？

Cô đi siêu thị.

我去超市。

Chào chị! Chị đi đâu đấy?

晚上好！你去哪儿啊？

Chị chưa ăn tối, chị ra ngoài ăn bát phở.

我还没吃晚餐，我出去吃碗粉。

Hội thoại III   Thăm hỏi và từ biệt

会话3   问候与告别

Mọi việc thế nào?

情况怎样？

Không tốt lắm, tôi bị cảm cúm.

不太好，我患了流感。

Tôi rất tiếc khi nghe điều đó. Anh nhớ giữ gìn sức khỏe nhé.

真遗憾，你要保重身体啊。

Cám ơn anh!

谢谢你！

Mọi việc tốt lành chứ?

一切都好吗？

Tất cả vẫn bình thường.

都还正常。

Dạo này công việc ra sao?

最近工作怎样？

Đều tốt cả, uống chút gì nhé?

都好，喝点什么吧？

Thôi, cám ơn!

不用了，谢谢！

Lâu không gặp ông, ông có khỏe không?

好久不见，你好吗？

Cám ơn, tôi khỏe.

谢谢，我好。

Đã lâu không liên lạc, dạo này công việc có tốt không?

好久没联系，最近工作好吗？

Cám ơn, vẫn bình thường.

谢谢，还过得去。

Rất vui được gặp bạn!

很高兴见到你。

Tôi cũng rất vui được gặp bạn, gia đình của bạn thế nào?

我也很高兴见到你，你家人好吗？

Khá tốt, cám ơn!

谢谢！还不错。

Chào tạm biệt!

再见！

Thật thú vị gặp lại bạn ở đây!

很高兴在这儿见到你！

Trái đất tròn mà.

世界真小！

Hồi này sống thế nào？

生活怎样？

Tạm được.

还可以。

Hội thoại IV   Từ biệt

会话4   告辞

Muộn rồi, tôi xin phép về.

不早了，我要回去了。

Vâng, chào anh!

好的，再见！

Nếu không có việc gì, em xin phép về đây.

如果没什么事，我就回去了。

Rồi, em về đi.

好的，你回吧。

Cháu xin phép các bác nhé!

请允许我告辞了。

Ừ, lúc nào rỗi thì qua chơi.

嗯，什么时候有空来玩。

Xin tạm biệt ông!

告辞！

Tạm biệt bà!

告辞！

Thật may mắn hôm nay được gặp bạn!

今天有幸见到你！

Chúc hợp tác thành công!

祝合作成功！

Chào tạm biệt!

再见！

Hẹn gặp lại!

后会有期！

Hẹn gặp lại tháng sau!

下月见！

Hẹn gặp lại năm tới!

明年见！

Chúc thượng lộ bình an!

　一路平安！

Chúc lên đường bình an!

一路顺风！

Chúc vui vẻ!

祝快乐！

Để tôi đưa anh ra cổng.

我送你到门口。

Chúc ngủ ngon!

晚安！（睡个好觉！）

词汇表

1. ạ （语气词）啊

2. ăn 吃

3. khỏe 健康

4. ăn tối 吃晚餐

5. bác 伯伯；我（对晚辈自称）；你（晚辈对伯伯的称呼）；他（晚辈对伯伯的称呼）

6. bạn 朋友；同学；你（对朋友的称呼）

7. bát 碗

8. bị 被，挨

9. bình thường 正常；平常

10. cám ơn 谢谢

11. buổi sáng 上午；早上

12. chơi 玩

13. cả 连；所有

14. chào （打招呼用语）好；再见

15. cảm cúm 流感

16. cụ （对70岁以上的老人的称呼）老爷爷；老奶奶

17. chị 姐；你（弟妹辈用来称呼姐辈）

18. chưa 还未；尚未

19. chú 叔；我（叔辈对晚辈自称）；你（晚辈称呼叔辈）

20. cô 老师；姑姑；阿姨

21. chứ （语气词，表反问）

22. chút 一点；一会儿

23. có … không? ……吗？

24. dạo này 最近

25. công việc 工作

26. lâu 久；长久

27. của ……的(表所属)

28. đấy （语气词，表疑问）

29. đã 已经；了

30. đi 去；乘坐

31. đâu 哪里

32. đó 那；那个；那里

33. đều 都；皆

34. gặp 遇见

35. điều 条

36. gia đình 家庭

37. đồng chí 同志

38. giữ gìn 保持；维护

39. được 得；能够

40. khá 不错；较好

41. gì 什么

42. không 不

43. hôm nay 今天

44. khi 当……时；……时候

45. em 弟弟；妹妹；我（对兄姐或同辈自称）；你（兄姐对弟妹的称呼）；他/她（兄姐对弟妹的称呼）

46. anh 哥哥；我（对弟妹自称）；你（弟妹对哥哥的称呼）；他（弟妹对哥哥的称呼）

47. lắm 很   48. liên lạc 联系

49. mọi 每一；所有的   50. nghe 听

51. nhé （语气词，用来加强语气）

52. siêu thị 超市   53. nhớ 记得

54. ông 爷爷；先生   55. phở 米粉

56. qua 过   57. rất 很

58. ra ngoài 到外面   59. ra sao 怎样

60. tất cả 所有   61. sức khỏe 健康；身体

62. thế nào 怎样   63. tập chạy 跑步

64. thôi 算了；罢了   65. thì 则；就

66. tốt lành 好；不错   67. tiếc 遗憾；可惜

68. ừ （语气词）嗯；唔   69. uống 喝

70. về 回；回家   71. vẫn 仍；还

72. vui 高兴   73. việc 事；事情

74. xin phép 请允许

Hướng dẫn 注释

越南语的人称代词（一）

越南语中，人和人之间的称谓是很复杂的，用得好，能增进相互之间的感情，把握得不好，就会造成误会。因此，掌握人称代词，弄清人和人之间的称谓是学习越南语的一个重要环节。下面主要介绍一些常见称谓的用法。

1. 第一人称单数的用法。

（1）tôi：为中性词，一般用于对平辈的自称，相当于汉语的"我"。

Anh A: Chị khỏe không?

甲男：你好吗？

Chị B: Cảm ơn, tôi khỏe, còn anh?

乙女：谢谢，我好！你呢？

（2）anh：本意为"哥哥"，一般用于男性对弟妹辈的自称。

Em: Anh có khỏe không?

妹妹（或弟弟）：你好吗？

Anh: Anh khỏe，cám ơn em!

哥哥：我好，谢谢你！

（3）chị：本意为"姐姐"，一般用于女性对弟妹辈的自称。

Em: Chị có khỏe không?

妹妹（或弟弟）：你好吗？

Chị: Chị khỏe, còn em?

姐姐：我好！你呢？

Em: Em cũng khỏe, cám ơn chị!

妹妹（或弟弟）：我也好，谢谢你！

（4）em：本意为"妹妹、弟弟"，一般用于弟妹辈对哥哥或姐姐的自称；也用于对平辈的自谦。

Em: Em chào chị!

妹妹（或弟弟）：姐姐好！

Chị: Chào em!

姐姐：你好！

（5）con：本意为"孩子"，一般用于儿女对父母的自称。

Con: Con chào bố!

孩子：爸爸再见！

Bố: Chào con!

爸爸：再见！

（6）cháu：本意为"侄、甥、孙"（不分性别），一般用于晚辈对父辈及祖辈的自称。

Cháu: Cháu chào chú (cô, bác, ông, bà, cụ)!

侄（甥、孙）：叔叔（阿姨、伯伯、爷爷、奶奶）好！

Chú (cô, bác, ông, bà, cụ): Chào cháu!

叔叔（阿姨、伯伯、爷爷、奶奶）：你好！

（7）chú：本意为"叔叔"，一般用于叔叔辈对晚辈的自称。可以译成"我"或"叔叔"。

Chú cho cháu ăn kẹo.

叔叔给你糖吃。

（8）bác：本意为"伯父、伯母"，一般用于伯父、伯母辈对晚辈的自称。可以译成"我"或"伯父、伯母"。

Bác đi mua thức ăn.

我去买菜。

（9）cô：本意为"姨、姑"，一般用于姨、姑辈对晚辈的自称。可以译成"我"或"姨、姑"。

Cô viết thư cho cháu nhé.

我给你写信吧。

（10）ông：本意为"爷爷"，一般用于爷爷辈对晚辈的自称。可以译成"我"或"爷爷"。

Để ông bôi thuốc cho cháu.

让爷爷帮你搽药。

（11）bà：本意为"奶奶"，一般用于奶奶辈对晚辈的自称。可以译成"我"或"奶奶"。

Bà đưa cháu đi học.

奶奶送你去上学。

2. 第一人称代词复数的用法。

在第一人称单数前加 bọn、chúng可以变成复数。

（1）tôi：chúng tôi为中性词，一般用于对平辈自称, 相当于汉语的"我们"。

Chúng tôi là sinh viên.

我们是大学生。

（2）anh：bọn anh（字面意思为"哥哥们"），一般用于男性对弟妹辈的自称,可译成"我们"。

Bọn anh cũng là sinh viên.

我们也是大学生。

（3）chị：bọn chị（字面意思为"姐姐们"）一般用于女性对弟妹辈的自称,可译成"我们"。

Bọn chị đã ăn rồi.

我们吃过了。

（4）em：bọn /chúng em（字面意思为"弟弟们/妹妹们"）一般用于弟妹对兄姐辈的自称,可译成"我们"。

Chúng em đi về nhé.

我们回去了。

在第一人称单数前加bọn也可以变成复数。

如：bọn anh, bọn chị, bọn tôi, bọn mình等。

Bọn tôi đi ngay đây!

我们马上去了!

Bọn tôi sáng nay sẽ đến trường.

我们今天上午到学校去。

Bọn em đều là nhân viên tình nguyện.

我们都是志愿者。

Ngày mai là sinh nhật của Hoa,bọn mình đến chúc mừng nhé!

明天是阿华老师的生日，我们去祝寿吧!

Bọn anh cũng là sinh viên.

我们也是大学生。

Bọn chị đã ăn rồi.

我们吃过了。

补充词汇：

thân thích 亲戚	người nhà 家人	tổ phụ 祖父
ông nội 爷爷	cha chồng 丈夫的父亲、公公	
tổ mẫu 祖母	bà nội 奶奶	
mẹ chồng 丈夫的母亲、婆婆		chồng 先生、丈夫
vợ 妻子、太太、夫人		ông xã 老公
bà xã 老婆	con cái 儿女	con gái 女儿
con trai 儿子	con dâu 媳妇	con rể 女婿
bác trai 伯父	bác gái 伯母	thím 婶婶、婶娘
dượng 姑丈、姨丈	chị dâu 嫂子	anh chồng 大伯
em trai chồng 小叔子		anh rể 姐夫
chị chồng 大姑	em gái chồng 小姨子	
em rể 妹夫	cháu nội 孙子	
ông ngoại 外公、姥爷		
bà ngoại 外婆、姥姥		
bố vợ 岳父、老丈人		
mẹ vợ 岳母、丈母娘		cậu 舅舅
dì 姨		mợ 舅妈、舅母
cháu ngoại 外孙		anh họ 堂哥、表哥
em trai họ 堂弟、表弟		chị họ 堂姐、表姐
em gái họ 堂妹、表妹		

Tập nói 演练

1. 将适当的词填在下列横线上。

Em chào_____!

Em chào_____!

Em chào_____!

Anh chào_____!

Chị chào_____!

Cháu chào _____!

Cháu chào _____!

Cháu chào _____!

Em tạm biệt_____!

Cháu tạm biệt____!

Em xin phép____!

Cháu xin phép____!

Cháu xin phép____!

2．用恰当的人称回答下列问候。

Chào anh!

Chào chị!

Chào chị!

Chào cụ!

Chào đồng chí!

Chào ông!

Chào bà!

Thực hành 实践

两三个人一组，进行以下操练。

1. 用anh，chị，em作第一、第二人称，与同辈人互致问候、道别。

2. 用chú, cô, bác作第二人称，与长辈互致问候、道别。

3. 用ông, bà作第二人称，与客人互致问候、道别。

Thường thức 常识

越南的国旗为长方形，其宽度为长度的三分之二，红底中间有五角金星，即通常说的金星红旗。红色象征革命和胜利，五角金星象征越南劳动党对国家的领导，金星的五个角分别代表工人、农民、士兵、知识分子和青年。

越南国徽呈圆形，红色的圆面上方镶嵌着一颗金黄色的五角星；下端有一个金黄色的齿轮，象征工业；圆面周围对称地环绕着两捆由红色饰带束扎的稻穗，象征农业；金色齿轮下方的饰带上用越文写着"越南社会主义共和国"。国徽图案是1956年选定的。

越南国歌为《进军歌》，由越南著名音乐家文高于1944年底创作。1946年越南第一届国会第二次会议正式确定为越南民主共和国国歌，1955年越南第一部宪法第三条规定："国歌是《进军歌》"。

Bài thứ 8   Giới thiệu
第八课   介绍

Kiểu câu thường dùng 常用句型

Đây là cái gì?

这是什么？

Đó là cái gì?

那是什么？

Tôi xin giới thiệu…với bạn.

我向你介绍……

Cho phép tôi giới thiệu…

请允许我介绍……

Để tôi giới thiệu…

让我介绍……

Những câu cơ bản 基本句型

1. Đây là cái gì?

   这是什么？

   Đây là sách./Đây là cuốn sách.

   这是书。

2. Cái này là cái gì?

   这是什么？

   Cái này là cây bút.

这是笔。

3. Đó là cái gì?

那是什么？

Đó là chiếc áo.

那是衣服。

4. Cái kia là cái gì?

那个是什么？

Cái kia là quả bóng.

那个是球。

5. Tôi xin giới thiệu bạn tôi với anh, anh ấy tên là Bình.

我向你介绍我的朋友，他的名字叫平。

Cho phép tôi giới thiệu đây là ông Dũng, bạn thân của tôi.

请允许我介绍，这位是勇先生，我的好友。

Để em giới thiệu, giám đốc của em tên là Hùng.

让我介绍一下，我们总经理的名字叫雄。

Đàm thoại theo tình huống 情景对话

Hội thoại I   Giới thiệu 1
会话1   介绍1

1. Đây là cái gì?

这是什么？

Đây là sách.

这是书。

Đây là sách gì?

这是什么书？

Đây là sách giáo khoa.

这是教科书。

Còn đây là gì?

那这是什么？

Đây là tạp chí.

这是杂志。

2. Cái này là cái gì?

这个是什么？

Cái này là cây bút.

这个是笔。

Thế cái này là cái gì?

那么这个是什么？

Cái này cũng là cây bút.

这个也是笔。

3. Kia là cái gì?

那是什么？

Đó là chiếc áo.

那是衣服。

Đó là nhà gì?

那是什么建筑？

Đó là thư viện.

那是图书馆。

Đó là cái gì?

那是什么？

Đó là cổng chào.

那是彩门。

4. Cái kia là cái gì?

那个是什么？

Cái kia là quả bóng.

那个是球。

Cái kia là cái gì?

那个是什么？

Đó là chiếc ô-tô.

那个是汽车。

Cái kia là cái gì?

那个是什么？

Cái đó là xe máy.

那个是摩托车。

Hội thoại II   Giới thiệu 2
会话2   介绍2

1. Tôi xin giới thiệu bạn tôi với anh, anh ấy tên là Cường.   Còn đây
   là anh Phú.

   我向你介绍我的朋友，他的名字叫强。这位是富。

   Chào anh Cường!

   阿强你好！

   Chào anh Phú!

   阿富你好！

   Anh Cường là người nước nào?

   阿强是哪国人？

   Tôi là người Hàn Quốc.

   我是韩国人。

2. Cho phép tôi giới thiệu đây là ông Tiến, bạn thân của tôi.

请允许我介绍，这位是进先生，我的好友。

Chào ông Tiến! Ông làm ở đâu?

进先生好！您在哪儿工作？

Chào anh! Tôi làm ở Bộ Nông nghiệp và Phát triển Nông thôn.

您好！我在农业和农村发展部工作。

3. Để em giới thiệu. Giám đốc của em tên là Tuấn.

让我介绍一下，我的总经理名字叫俊。

Chào anh Tuấn! Anh Tuấn sang Trung Quốc lâu chưa?

俊哥好！俊哥来中国多久了？

Tối hôm qua tôi mới đến.

我昨天晚上才到。

Anh nghỉ ở khách sạn nào?

你住哪个宾馆？

Khách sạn Phương Đông.

东方宾馆。

4. Xin bạn giới thiệu tôi với ông Hoan.

请你介绍我认识欢先生。

Vâng, tôi sẽ giới thiệu.

好的，我给你介绍。

Cám ơn anh nhiều!

多谢你了！

Không có gì.

没关系。

5. Cho phép tôi tự giới thiệu, tên tôi là Hoàng Vĩnh Hải.

请允许我自我介绍，我的名字叫黄永海。

Chào anh Hải! Tên tôi là Phú.

阿海你好！我叫阿富。

Chào anh Phú! Anh Phú năm nay bao nhiêu tuổi?

阿富你好！你今年多少岁了？

Tôi năm nay 27 tuổi.

我今年27岁。

6. Tôi tin rằng chúng ta đã từng gặp nhau, tôi tên là Trần Đức Quang.

我确信我们见过面，我的名字叫陈德光。

Vâng, tôi cũng nghĩ thế, chúng ta đã gặp nhau tại công ty anh. Tôi là Lý Thành.

不错，我也这么想，我们在你的公司见过面。我是李成。

Ồ, bây giờ thì tôi nhớ rồi, rất vui lại được gặp anh.

啊，现在我想起来了，很高兴又能见到你。

Tôi cũng rất vui được gặp lại anh.

我也很高兴能再次见到你。

7. Có lẽ bạn không nhớ tôi. Tên tôi là Võ Huỳnh Quang.

可能你不记得我了。我叫武玄光。

Dĩ nhiên là nhớ chứ, chúng ta còn ăn bữa cơm chung ở Hải Phòng mà.

当然记得，我们还在海防一起吃过饭。

Đúng thế, dạo này anh có khỏe không?

对啊，最近你好吗？

Cám ơn anh, tôi vẫn khỏe.

谢谢你，我还好。

8. Tôi muốn chị làm quen với chị Loan, chị ấy vừa mới được chuyển đến công ty của chúng ta.

我想让你认识鸾姐，她刚调来咱们公司。

Chào chị Loan! Chị có gì cần cứ hỏi em nhé.

鸾姐好，有什么需要尽管问我。

Vâng ạ, cám ơn chị!

好的，谢谢你！

9. Chị có thể giới thiệu em với người đàn ông ở đằng kia không?

你可以介绍我认识那边那位男子吗？

Dĩ nhiên, chúng mình hãy đi gặp ông ta đi.

当然可以，我们过去见他吧。

Chị tử tế thật.

你真好。

Ai bảo mình là chị em.

谁叫我们是姐妹呢！

Xin chị giới thiệu tôi với bà Ngọc.

请你介绍我认识玉女士。

Vâng, tôi sẽ giới thiệu.

好的，我给你介绍。

Cám ơn chị nhiều.

太谢谢你了。

Xin lỗi, không biết có thể làm phiền anh một lát không?

对不起，不知道能麻烦你一下吗？

Vâng, anh nói đi.

嗯，你说吧。

10. Nhân thể, tôi xin tự giới thiệu, tên tôi là Đường Bình, phó phòng hành chính. Nếu các ông có gì cần giúp thì bảo tôi nhé.

趁这个机会，自我介绍一下，我的名字叫唐平，办公室副主任。如果各位有什么需要帮助的就跟我说。

Vâng, cám ơn ông.

好的，谢谢你。

11. Xin chào các bà! Tôi là Trương Nghị Phong, chuyên viên của Công ty Dược phẩm Tiến Đạt.

您好！我是张毅峰，进达医药公司的业务员。

Anh có việc gì cần chúng tôi giúp không?

你有什么需要我们帮忙吗？

Tôi muốn chuyển lô hàng này về Đà Nẵng, không biết bao giờ có chuyến về hả bà?

我想把这批货运回岘港，不知道什么时候有车？

Chiều nay thì có.

今天下午就有。

Hội thoại III　　Giới thiệu 3
会话3　　　　介绍3

A：Ông cho hỏi, ông có phải là ông Hùng của công ty FIDECO (Công ty cổ phần ngoại thương và phát triển đầu tư) không?

甲：请问，您是FIDECO（外贸与投资发展公司）的雄先生吗？

B：Vâng, tôi là Nguyễn Thế Hùng của FIDECO đây ạ.

乙：是，我是外贸与投资发展公司的阮世雄。

A：Tôi tên là Huy, chuyên viên của Công Ty Máy Minh Quang. Giám đốc chúng tôi cho tôi đến sân bay đón ông.

甲：我叫阿辉，光明机械公司的业务员。我们公司总经理派我来机场接您。

B：Vâng, cám ơn anh.

乙：好，谢谢你！

A：Ông đi đường có mệt không?

甲：您旅途辛苦了！

B：Không mệt lắm.

乙：不是很辛苦。

A：Để tôi xách hộ ông cái va-li này.

甲：让我帮您提这个箱子。

B：Vâng, cảm ơn anh!

乙：好的，谢谢你！

B：Từ sân bay về trung tâm bao nhiêu cây số?

乙：从机场回城里多少公里？

A：Khoảng 30 cây.

甲：大概30公里。

B：Thành phố này có bao nhiêu dân?

乙：这个城市有多少人口？

A：Hơn hai triệu, ông ạ.

甲：两百多万。

B：Thành phố rất đẹp, đường xá rộng và sạch.

乙：城市很漂亮，道路又宽又干净。

A：Vâng, mấy năm nay thành phố đã bỏ nhiều tiền xây dựng cơ sở hạ tầng.

甲：是的，近几年市里投了很多钱建设基础设施。

......

A：Đây là một trong ba khách sạn đẹp nhất của thành phố, ông ở phòng 1228. Ông tắm rửa một tí, nửa tiếng sau tôi đến đón ông đi ăn tối.

甲：这是市里三家最漂亮的酒店之一，您住1228号房。您洗漱一下，半小时后我来接您去吃晚餐。

B：Vâng, cám ơn anh.

乙：好的，谢谢你！

Hội thoại IV   Giới thiệu 4
会话4   介绍4

Chào ông Hùng! Tôi xin giới thiệu, đây là ông Thắng, giám đốc công ty chúng tôi. Còn đây là ông Hùng, đại diện của công ty FIDECO.

雄先生好！我来介绍一下，这位是胜先生，我们公司的总经理。这位是FIDECO公司的代表，雄先生。

Hùng: Chào ông Thắng!

雄：胜先生好！

Thắng: Chào ông Hùng! Tối hôm qua ngủ ngon không?

胜：雄先生好！昨天晚上睡得好吗？

Hùng: Ngủ rất ngon, cám ơn ông sắp xếp chu đáo quá.

雄：睡得很好，谢谢您安排这么周到。

Thắng: Bây giờ tôi giới thiệu qua công ty chúng tôi. Công ty chúng tôi được thành lập vào năm 1998, có công nhân viên 538 người, tổng diện tích nhà máy là 5 héc-ta, diện tích nhà xưởng là 12.500 mét vuông. Chúng tôi chuyên sản xuất các loại máy móc thiết bị phục vụ cho ngành điện.

胜：现在我简单介绍一下我们的公司。我们公司成立于1998年，干部职工538人，工厂总面积5公顷，厂房总面积12500平方米，我们专门生产电工设备。

Hùng: Tôi muốn tìm hiểu kỹ các công dụng và thông số kỹ thuật của máy do các ông sản xuất.

雄：我想详细了解你们生产设备的性能和技术参数。

Thắng: Vâng, tôi sẽ bảo thư ký gửi ông tất cả catalog của máy, trong đó có đầy đủ thông số và ảnh máy.

新编越南语口语教程

胜：好的，我会叫秘书把所有设备的彩页说明书给您一份，里面有全部参数和设备的图片。

Hùng: Vâng, cám ơn ông.

雄：好，谢谢您！

Thắng: Thế bây giờ mời ông đi tham quan nhà xưởng, để ông nhìn tận mắt các dây chuyền sản xuất.

胜：那现在请您去参观车间，让您亲眼看看各条生产线。

Hùng: Vâng, nhất trí. Cảm ơn ông!

雄：好的。谢谢您。

词汇表

1. cái này   这个
2. cây   （量词）支；条
3. bút   笔
4. thế   那么
5. cũng   也
6. đó   那；那个；那边
7. chiếc   （量词）个；件；台
8. áo   衣服
9. nhà   房子；楼房
10. thư viện   图书馆
11. cổng chào   彩门
12. kia   那；那边；那个
13. quả   （量词，指圆形物体）
14. ô-tô   汽车
15. bóng   球
16. xin   请；请求
17. xe máy   摩托车
18. giới thiệu   介绍
19. bạn   朋友
20. với   （介词）向；对
21. người nước nào   哪国人
22. Trung Quốc   中国
23. Hàn Quốc   韩国
24. Anh   英国；英国的
25. cho phép   允许
26. bạn thân   好友；密友
27. ông   先生；男子
28. làm ở đâu   在哪儿工作
29. Viện Cơ điện Nông nghiệp   农业机电研究院
30. giám đốc   总经理；……长（单位第一把手）
31. để   让；以便
32. tối hôm qua   昨晚
33. lâu   久;(时间)长
34. mới   才

· 110 ·

35. nghỉ 休息　　　　　　　　　36. khách sạn 宾馆

37. Phương Đông 东方　　　　　38. vâng 好；是（表应答）

39. sẽ 将；将要　　　　　　　　40. tự 自己

41. cám ơn nhiều 多谢　　　　　42. năm 年

43. nay 这；今　　　　　　　　　44. đằng kia 那边

45. không có gì 没关系；不用谢　46. gặp nhau 相见

47. nghĩ 想；认为　　　　　　　48. công ty 公司

49. bao nhiêu 多少　　　　　　　50. bây giờ 现在

51. tuổi 岁；岁数　　　　　　　52. nhớ 想起来

53. tin rằng 相信　　　　　　　54. rồi 了

55. vui 高兴　　　　　　　　　　56. được 能；得到

57. lại 又；再　　　　　　　　　58. có lẽ 也许；可能

59. dĩ nhiên 当然　　　　　　　60. bữa 餐

61. cơm 饭　　　　　　　　　　62. chung 一起；共同

63. Hải Phòng 海防（越南第三大城市）

64. chuyên viên 业务员；工作人员

65. dạo này 最近；近来　　　　　66. đúng 对

67. khỏe 健康；好　　　　　　　68. cám ơn 谢谢

69. vẫn 还；仍　　　　　　　　　70. muốn 想

71. làm quen 认识　　　　　　　72. vừa 刚；刚刚

73. chuyển 转来；调来　　　　　74. có gì cần 有什么需要

75. cứ 尽管　　　　　　　　　　76. hỏi 问

77. đàn ông 男人；男子　　　　　78. ở 在

79. chúng mình 我们　　　　　　80. tử tế 好；好心

81. thật 真的；太　　　　　　　82. ai bảo 谁叫；谁说

83. mình 自己；我；我们　　　　84. chị em 姐妹

85. biết 知道　　　　　　　　　86. làm phiền （使）麻烦

87. một lát 一会儿；一下　　　　88. nói 说

89. đi （语气词）吧　　　　　　90. nhân thể 借机；趁机

91. tự 自己　　　　　　　　　　92. phó 副

93. phòng 科；处　　　　　　　94. hành chính 行政

95. nếu 如果　　　　　　　　　96. cần 需要

97. giúp 帮助

98. thì 就

99. bảo 告诉

100. bà 夫人；女士

101. dược phẩm 医药；药品

102. có 有

103. việc 事情

104. chuyển 运；转运

105. lô hàng （一批）货

106. kiện （量词）件；箱

107. FIDECO (Công ty ngoại thương và phát triển đầu tư) 外贸与投资发展公司

108. Công Ty Máy Minh Quang光明机械公司

109. có...không? ……吗？有……吗？做……吗？

110. Đà Nẵng 岘港（越南中部最大城市）

111. thì 就

112. chiều 下午

113. cho 派；派遣

114. đón 接；迎接

115. đi đường 旅途

116. mệt 累；辛苦

117. xách 提

118. hộ 帮；帮助；帮忙

119. va-li 行李箱；旅行箱

120. sân bay 机场；飞机场

121. trung tâm 中心；市区；城里

122. cây số 公里

123. khoảng 大概；大约

124. cây 公里

125. thành phố 城市

126. dân 民；民众；人口

157. hơn 多于；超过

128. triệu 百万

129. đẹp 漂亮

130. đường xá 街道

131. rộng 宽；宽敞

132. và 又；并且

133. sạch 干净

134. bỏ 投入；投放

135. tiền 钱；货币

136. xây dựng 建设

137. cơ sở hạ tầng 基础设施

138. một trong ba 三个之一

139. khách sạn 宾馆；酒店；旅社

140. nhất 一；最

141. phòng 房间

142. tắm 洗澡

143. rửa 洗；盥洗

144. một tí 一下

145. nửa 半

146. sau 后；之后

157. ăn tối 吃晚餐；吃晚饭

148. đến 到；来；来到

149. tối 晚上

150. đại diện 代表

151. hôm qua 昨天

152. bao giờ 什么时候

153. ngủ 睡

154. ngon 香；好吃

155. sắp xếp 安排

156. chu đáo 周到

157. quá 太；很；非常
158. bây giờ 现在
159. giới thiệu qua 简单介绍
160. thành lập 成立；建立
161. vào 于；在；进，进入
162. công nhân viên 员工；职员
163. tổng 总
164. diện tích 面积
165. héc-ta 公顷
166. nhà xưởng 车间
167. mét vuông 平方米
168. chuyên 专门
169. sản xuất 生产
170. loại 种；种类
171. máy móc 机器
172. thiết bị 设备
173. phục vụ 服务
174. cho 为；给
175. ngành 行业
176. điện 电
177. muốn 想
178. tìm hiểu 了解
179. kỹ 详细
180. công dụng 功能；作用
181. thông số kỹ thuật 技术参数
182. bảo 告诉
183. gửi 给；送给；寄
184. thư ký 秘书
185. tất cả 所有；全部
186. catalog 彩页说明书
187. trong đó 其中；里面
188. đầy đủ 全部；完全；完整
189. bây giờ 现在
190. ảnh 图片；相片
191. mời 请
192. tham quan 参观
193. tận mắt 亲眼
194. nhìn 看
195. dây chuyền sản xuất 生产线
196. nhất trí 好的；同意

Hướng dẫn 注释

越南语的人称代词（二）

1.第二人称代词单数

亲属称谓通常也都可以充当第二人称，相当于"你"，也可以按亲属辈分相称。常用的有以下几种。

（1）anh：一般用于弟妹辈对兄辈的称呼。

Em: Chào anh!

妹妹（或弟弟）：你好!（哥哥好!）

Anh: Chào em!

哥哥：你好！

(2) chị：一般用于对姐姐辈的称呼。

Em: Chị có khỏe không?

妹妹（或弟弟）：你好吗？

Chị: Chị khỏe, còn em?

姐姐：我好，你呢？

Em: Em cũng khỏe. Cám ơn chị!

妹妹（或弟弟）：我也好。谢谢你！（谢谢姐姐！）

(3) em：一般用于弟妹辈对哥哥或姐姐的自称，也用于对平辈时的自谦。

Em: Em chào chị!

妹妹（或弟弟）：你好！（姐姐好！）

Chị: Chào em!

姐姐：你好！

(4) con：一般用于父母对儿女的称呼。

Con giúp bố một tay nhé!

你来帮爸爸一下！

(5) cháu：一般用于父辈（非父亲）及祖辈对晚辈的自称。

Cháu: Cháu chào chú (cô, bác, ông, bà, cụ)!

侄（甥、孙）：叔叔（阿姨、伯伯、爷爷、奶奶）好！

Chú (cô, bác, ông, bà, cụ): Chào cháu!

叔叔（阿姨、伯伯、爷爷、奶奶）：你好！

(6) chú：一般用于晚辈对叔叔辈的称呼。可以译成"你"或"叔叔"。

Cháu gửi cho chú một quyển sách.

我给你一本书。

(7) bác：一般用于晚辈对伯父、伯母辈的称呼。可以译成"你，您"或"伯父，伯母"。

Bác đi đâu đấy?

您去哪里？

(8) cô：一般用于晚辈对姨、姑辈的称呼。可以译成"你，您"或"姨，姑"。

Cháu viết thư cho cô nhé.

我给您写信吧。

(9) ông：一般用于晚辈对爷爷辈的称呼。可以译成"你，您"或"爷爷"。

Để cháu xách hộ ông.

让我帮您提。

(10) bà：一般用于晚辈对奶奶辈的称呼。可以译成"你，您"或"奶奶"。

Bà đưa cháu đến trường đi!

您送我去学校吧！

另外，在亲属称谓后加上被称呼人的姓名也可表达第二人称称谓。如：

Anh Hải đi đâu đấy?

海哥去哪儿啊？

Bác Lộc nghỉ hưu chưa?

禄伯您退休了没有？

2. 第二人称代词复数的表达法
在第二人称单数前加chúng/bọn。

在第二人称单数前加chúng/bọn，可以变成复数，但多用于称呼对辈分或地位不如己的人，或表鄙视。如chúng con, chúng cháu, chúng anh, chúng em, chúng mày。

Bọn/ Chúng cháu đi đâu đấy?

你们去哪里？

Bọn/ Chúng mày chết chắc!

你们死定了！

在第二人称单数前加các。

在第二人称单数前加các，可以变成复数。如các chị, các em, các con, các chú, các bác, các đồng chí等。

Các chú nhớ mua quà cho cháu nhé.

你们记得给我买礼物啊。

Các em hãy ôn bài đi.

你们复习吧。

3. 第三人称代词单数的表达法

第三人称代词单数的表达法有以下几种情况。

在双方都明白的情况下可以直接用亲属名词。

Cháu ơi, ông nội về chưa?

孩子，爷爷回来了没有？

Chưa về ạ.

还没回。

在亲属称谓后加ấy。

Chú ấy đi công tác rồi.

他出差了。

Chị ấy mới ra khỏi đây.

她刚离开这儿。

用nó, hắn指称。

Nó chưa trả tiền.

他还没付钱。

Sách này của hắn.

这书是他的。

在亲属称谓后加上被称呼人的姓名也可表达第三人称称谓。

Anh Hải đi đâu đấy?

海哥去哪里啊？

Bác Lộc nghỉ hưu chưa?

禄伯退休了没有？

4. 第三人称代词复数的表达法。

第三人称代词复数的表达法有几种情况。

用các（＋亲属称谓/人称名词：đồng chí / thầy cô giáo等）ấy表示。

Các anh ấy đều giỏi cả.

他们都很棒。

用chúng nó表示。

Chúng nó lười thật.

他们真懒。

用họ表示。

Họ đều là những người yêu nước.

他们都是爱国者。

补充词汇：

chủ nhiệm lớp　班主任	giáo viên　教师
giảng viên　讲师	giáo sư　教授
giáo sư thỉnh giảng　客座教授	cử nhân　学士
thạc sĩ　硕士	sau tiến sĩ　博士后
bằng tốt nghiệp　毕业证	
bằng chứng chỉ　结业证	gia sư　家庭教师
học sinh dự thính　旁听生	nam sinh　男生
nữ sinh　女生	phó giáo sư　副教授
nghiên cứu sinh　研究生	tiến sĩ　博士

giấy phép thi　准考证　　　　　　　thi tư cách　资格考试

học phần　课程　　　　　　　　　　môn tự chọn　选修课

lịch làm việc của trường　校历

kiểm tra, nội quy nhà trường　校规

thi cuối kỳ　期考　　　　　　　　　thi giữa kỳ　段考

giấy báo nhập học　录取通知书

điểm sàn, thi trượt　没考上；考砸

báo tường　墙报　　　　　　　　　họp lớp　班会

lễ chào cờ　升旗仪式

Tập nói　演练

一、用给出的中文词语回答下列问题。

1. Đây là cái gì?

Đây là_____.（小说）

Đây là_____gì?（言情小说tiểu thuyết tình yêu）

Đây là _____.（教科书）

Đây là _____.（杂志）

2. Cái này là cái gi?

Cái này là _____.（笔）

Cái này cũng là_____.（彩页说明书）

3. Đó là cái gì?

Đó là _____.（球）

Đó là _____.（汽车）

Đó là_____.（摩托车）

4. Cái kia là cái gì?

Cái kia là_____.(衣服)

Đó là _____.(图书馆)

Cái đó là_____.(彩门)

二、用越南语说出下面的句子。

1. 我向你介绍一下，这是我的朋友，她叫阿华。

2. 请允许我介绍，这位是我的好友雄先生。

3. 让我介绍一下，这位是我的经理，名字叫强。

4. 请你给我介绍一下黄先生。

5. 请允许我自我介绍，我叫李亚萍，是公司的业务员。

6. 我叫周阳，是进出口部的经理。

7. 我想让你认识一下鸾姐，她刚调来咱们公司。

8. 你能为我介绍那位先生吗？

三、用越南语进行下面的对话。

1. 你们公司有多少员工？

   我们公司共有120人，其中管理人员10人，工人110人。

2. 他们学校离市区有多远？有多少学生？面积有多大？

   他们学校离市区20公里，全校有5000名学生，校园面积达到
   60公顷。

Thực hành 实践

分组进行以下操练。

1. 用越南语介绍自己的姓名、职业。

2. 用越南语介绍自己的家人、同学、同事、朋友、领导。

3. 用越南语请别人向自己介绍他们的家人、同学、同事、朋友、
   领导。

4. 用越南语介绍自己学校、单位、公司、城市的基本情况。

Thường thức 常识

越南人受儒家礼教影响很深，言行举止很讲究礼貌。跟越南人
交往应注意以下礼仪。

在称谓上，越南人多以亲属关系相称呼。对70岁以上的人用
"cụ"（老爷爷/老奶奶），对年长于己或与父亲平辈的人称"bác"
（伯父/伯母），对小于父亲的人称"chú"（叔叔）"cô"（姑姑/阿
姨）；对比自己年长的同辈人称"anh"（哥）"chị"（姐），对
比自己年纪小的同辈则称"em"（弟/妹）。自称时，对长辈用
"cháu"（侄/甥/孙），对年长的同辈自称"em"（弟/妹）；有时
为了尊重对方，对同龄甚至年纪小于自己的人自称"em""cháu"；
对晚辈则视与自己的辈分情况，分别自称"bác""chú""cô"等。

在对长辈、老师说话时前面常加上"thưa"（启禀），在说话句子
后面用"ạ"。答应时则用"vâng"或"dạ"以表示尊重，"vâng"表
示一般尊重，"dạ"表示非常尊重。

在越南人家里做客，在接别人递来的饮料、食物时，都要讲
"xin"（请乞）（句式常为：xin chú/bác/anh/chị...），在一些有文化
的人家里也可以用"cám ơn"（谢谢）。在越南人家里做客吃饭时，
先要对大家说"xin mời"（请）（句式常为：xin mời tất cả/ bác/chú/
cô/anh/chị...）。告辞时常对主人说"xin phép"（请告辞）。

越南人见面或告辞时，用力地握手，是表示对对方的尊敬。

Bài thứ 9   Cách diễn đạt về số
第九课   数的表达法

Kiểu câu thường dùng 常用句型

Đếm số từ...đến... 从……数到……
...phần trăm   百分之……
...gấp...lần   ……是……倍

Những câu cơ bản 基本句型

1. Em đếm số từ 1 đến 10 nhé.

   你从一数到十。

2. Dân số Trung Quốc chiếm 20% tức là hơn 1/5 dân số cả thế giới;
   còn dân số Việt Nam xếp thứ 13 trên thế giới.

   中国人口占全世界的20%，也就是五分之一；而越南人口排
   世界第13位。

3. Số sinh viên trường ta hiện nay đã gấp 3 lần so với hai năm trước.

   我们学校的学生人数比两年前增加了两倍。

4. 1/3 (một phần ba) sản phẩm của nhà máy sản xuất đều đã xuất
   sang các nước phát triển.

   厂里生产的产品三分之一出口到发达国家。

5. Pi bằng 3,1416.

   圆周率是3. 1416。

6. Doanh nghiệp nửa tháng trả lương một lần, và nhân viên hai năm

ruỡi được đi nước ngoài du lịch một lần.

企业半个月发一次工资，并且职工每两年半可以去国外旅游一次。

7. Hôm nay đến dự hội nghị có vào khoảng hai mươi sinh viên.

今天参加会议的大约有20位学生。

Ông ta trên dưới 50 tuổi.

他50岁左右。

Chúng em đến trường gần hai năm rồi.

我们来学校快两年了。

Lê non hai mươi cân, còn táo già ba mươi cân.

梨差一点儿20公斤，苹果30公斤多一些。

Độ một tuần là nghỉ hè.

大约一周就放暑假了。

Cụ Hồng ngót 80 tuổi.

雄爷爷快近80岁了。

Nhà xưởng kéo dây đồng có ngót 30 công nhân.

铜线拉丝车间有大约30个工人。

Lô này là hơn 200 kiện hàng.

这批货200多件。

Hàng chục nghìn người đến dự, chắc chắn hội chợ năm nay thành công tốt đẹp.

有上万人参加，今年的会展肯定圆满成功。

8. Ông Hồng là lần thứ 3 đến Hà Nội, và lần nào cũng ở phòng số 112 nhà số chín khách sạn Kim Liên.

雄先生第三次到河内，而且每次都住金莲饭店9号楼112号房。

9. Mọi việc đều xong rồi.

所有的事都做完了。

Cả đoàn đều về đến khách sạn.

全体团员都回到了宾馆。

Bà còn bao nhiêu hàng chúng tôi mua tất.

你还有多少货，我们全包了。

Tất cả sinh viên đều có mặt.

全部学生都来了。

Toàn bộ công nhân viên chức đều hăng hái làm việc.

全体职工都积极工作。

10. Mỗi người góp 10 tệ thì sẽ đủ tiền cho em đóng học phí.

每人捐10元就够她交学费了。

11. Lớp ta có nhiều em thích ca sĩ Mẫn.

咱们班有许多同学喜欢歌手阿敏。

Thằng này lắm chuyện quá.

这家伙爱生事儿。

Người miền Nam ít làm như vậy.

南方人很少这么做。

Chờ chị một tí, chị thay áo xong là đi cùng với em.

等我一下，我换完衣服跟你一起去。

Biếu ngài một chút quà.

送您一点儿礼物。

Chỉ làm được một ít, mai phải làm tiếp.

只干了一点儿，明天接着干。

Một số nông dân đã trở thành dân thành phố.

一些农民成了城市人。

Số này đọc thế nào?

这个数怎么读？

Số này đọc hai mươi.

这个数读hai mươi。

Thưa thầy, tại sao không đọc hai mười ạ?

老师，为什么不读hai mười？

Vì số trên 20, thì mười đọc mươi, ví dụ 22 đọc hai mươi hai, 30 đọc

ba mươi, 40 đọc bốn mươi, 90 đọc chín mươi, 92 đọc chín mươi hai.

Em hiểu chưa?

因为20以上时，"10"读mươi，例如：22读hai mươi hai，30读

ba mươi，40读bốn mươi，90读chín mươi，92读chín mươi hai。

你懂了吗？

Dạ, hiểu rồi ạ.

懂了。

12. Lớp em có bao nhiêu sinh viên?

你们班有多少学生？

Lớp em tất cả có 40 sinh viên, trong đó có mười lăm nam sinh và

hăm nhăm nữ sinh.

我们班共有40名学生，其中有15名男生，25名女生。

Đàm thoại theo tình huống　情景对话

Hội thoại I　Đàm thoại về số nguyên
会话1　　　　整数

1. Em đếm số từ 1 đến 10 nhé.

你从1数到10。

Vâng ạ. 1, 2, 3, 4, 5, 6, 7, 8, 9, 10 (Một, hai, ba, bốn, năm, sáu,

bảy, tám, chín, mười).

好的，1，2，3，4，5，6，7，8，9，10。

Em đếm đúng rồi.

数得对。

2. Lớp em có bao nhiêu sinh viên tham gia lao động nghĩa vụ hôm

   nay?

   你们班有多少人参加今天的义务劳动？

   Lớp em cả nam sinh lẫn nữ sinh có hai mươi ba sinh viên tham gia.

   我们班男女生一起有23人参加。

3. Anh đếm hộ xem tất cả có bao nhiêu bánh răng.

   你帮点一下，全部有多少齿轮。

   Vâng ạ, mười cái…hai mươi cái…bốn mươi cái…tám mươi cái…

   tất cả có chín mươi tám cái ạ.

   好的。10个……20个……40个……80个……总共有98个。

4. Cháu Tuấn năm nay bao nhiêu tuổi?

   小俊今年多少岁？

   Cháu năm nay 14 (mười bốn) tuổi ạ.

   我今年14岁了。

   Còn chị Hà năm nay bao nhiêu tuổi?

   那霞姐多少岁了？

   Cháu năm nay 24 (hai mươi tư) tuổi. Thế còn bác?

   我今年24岁。伯伯你呢？

   Bác năm nay 64 (sáu mươi tư) tuổi rồi.

   伯伯今年64了。

5. Bác Huệ ơi, 15x15=? (mười lăm nhân mười lăm bằng bao nhiêu)

   慧伯母，15乘15等于多少？

   15 nhân 15 bằng 225 (hai trăm hai mươi lăm).

   15乘15等于225。

Ngày nào là sinh nhật chị Liên?

哪天是莲姐的生日？

Ngày 25 (hăm nhăm) tháng 4.

4 月25号。

Vậy thì chị ấy đầy 35 (ba mươi lăm) tuổi rồi.

这么说她满35岁了。

6. Theo số liệu nhà nước công bố, tổng kim ngạch xuất nhập khẩu của Trung Quốc năm 2006 đạt 1.760.000.000.000USD (một nghìn bảy trăm sáu mươi tỷ đô-la Mỹ).

根据国家公布的数据，2006年中国进出口总额达到17600亿美元。

Thế kim ngạch tính riêng cho xuất khẩu và nhập khẩu là bao nhiêu?

那么出口和进口分别是多少呢？

Kim ngạch xuất khẩu là 969.182.737.450 USD (chín trăm sáu mươi chín tỷ một trăm tám mươi hai triệu bảy trăm ba mươi bảy nghìn bốn trăm năm mươi đô-la Mỹ), còn nhập khẩu là 791,6 tỷ USD (bảy trăm chín mươi mốt phẩy sáu tỷ đô-la Mỹ).

出口金额是9691亿8273万7450美元，进口是7916亿美元。

Hội thoại II   Đàm thoại về phân số và số thập phân
会话2   分数和小数

1. Sản phẩm của nhà máy này bán đi đâu?

这个工厂的产品都销到哪里？

2/3 (hai phần ba) xuất sang các nước phát triển, còn 1/3 bán trong nước.

三分之二出口各发达国家，还有三分之一销国内。

2. Dân số Trung Quốc chiếm bao nhiêu phần trăm thế giới hả chị?

中国人口占世界人口的百分之几啊，姐姐？

Chiếm khoảng 20%, tức là 1/5 số dân cả thế giới.

约占世界人口的百分之二十，也就是五分之一。

3. Mức tăng trưởng tổng kim ngạch xuất nhập khẩu của Công ty Nam Hoa vào năm 2006 là bao nhiêu?

南华公司2006年进出口总额增长幅度是多少？

Mức tăng xuất khẩu là 5,36%, và nhập khẩu là 2,43%.

出口增长幅度是百分之五点三六，进口增长幅度是百分之二点四三。

4. Hai phần ba (2/3) sinh viên đã thi đạt môn tiếng Anh.

三分之二的学生英语考试及格。

5. 2½(hai một phần hai) bằng bao nhiêu , hả cô?

二又二分之一等于多少，老师？

Bằng 2,5.

等于二点五。

Hội thoại III　Đàm thoại về bội số
会话3　　　　倍数

1. Sinh viên trường em đông thế!

你们学校学生这么多！

2. Vâng, số sinh viên trường em hiện nay đã gấp 3 lần so với hai năm trước.

是啊，我们学校（今年）学生人数是前年的3倍。

3. Sản lượng lúa mì tỉnh A năm nay tăng gấp 2 lần.

今年甲省小麦增加了一倍。

4. So với năm ngoái, cá và tôm đều tăng trên 3 lần.

与去年相比，鱼和虾都增加了两倍多。

5. Tổng sản lượng hải sản năm nay tăng gấp 6 lần so với năm 1997.

今年海产品总产量比1997年增加了5倍。

6. Số con lợn chưa xuất chuồng tăng gấp hai lần so với năm ngoái.

猪存栏数比去年翻了一番。

7. Lương giám đốc gấp mười lương công nhân.

总经理的薪水是工人的10倍。

Hội thoại IV   Đàm thoại về số chỉ một nửa
会话4   半数

1. Doanh nghiệp chị bao lâu trả lương một lần, và hay tổ chức đi du lịch không?

你们企业多长时间发一次工资？经常组织去旅游吗？

Doanh nghiệp nửa tháng trả lương một lần, và nhân viên hai năm rưỡi được đi nước ngoài du lịch một lần.

企业半个月发一次工资。职工两年半去国外旅游一次。

2. Em mua đôi giày mất bao nhiêu?

你买这双鞋花了多少钱？

Em mất hai trăm rưỡi ạ.

花了两百五。

3. Thư viện trường anh có bao nhiêu quyển sách?

你们学校图书馆有多少藏书？

Thư viện trường anh có triệu rưỡi quyển sách.

我们学校图书馆有150万册书。

Hội thoại V   Đàm thoại về số ước lượng
会话5   概数

1. Hôm nay có nhiều người đến dự họp mít tinh thế.

今天有这么多群众来参加集会。

Vâng, có khoảng hai chục nghìn.

是啊，有约两万人。

2. Cô ta trên dưới 50 tuổi rồi.

她五十上下了。

Thế à, sao nhìn còn trẻ thế?

是吗，怎么看起来这么年轻？

3. Em đến Việt Nam đã gần hai năm rồi.

你来越南快两年了。

Đúng thế, thời gian trôi qua rất nhanh.

是啊，时间过得真快。

4. Bác mua bao nhiêu trái cây hả bác?

您买了多少水果呀，大伯？

Quả lê non hai mươi cân, còn quả táo già ba mươi cân.

梨差不多20公斤，苹果30公斤多一点儿。

5. Tại sao anh vui thế?

为什么你这么高兴？

Vì độ một tuần nữa là được về nghỉ hè rồi.

因为一个星期左右就可以回家过暑假了。

6. Cụ Hồng ngót 90 tuổi.

雄爷爷活了近90岁。

Cụ sống lâu thật.

他真长寿。

7. Hôm nay chị bán được nhiều hàng không?

今天你的货卖得多吗？

Hôm nay bán được hơn 200 kiện hàng.

今天卖了200多件货。

8. Dự kiến có bao nhiêu doanh nghiệp đến tham gia hội chợ quốc tế năm nay?

预计有多少企业来参加今年的国际会展？

Tính đến sáng nay đã có hơn hai trăm doanh nghiệp trong nước cũng như nước ngoài đăng ký tham gia.

到今天上午，已经有两百多家国内和国外企业报名参加。

Hội thoại VI   Đàm thoại về số không chắc chắn
会话6   不定数

1. Lớp em có nhiều bạn thích ca sĩ Anh.

我们班有许多同学喜欢歌唱家阿英。

Lớp em cũng thế, nhiều bạn hay nghe bài hát của chị Anh lắm.

我们班也是这样，许多同学爱听阿英的歌。

2. Ở Trung Quốc người miền Nam ít ăn món cay vì sợ nóng.

在中国南方，人们很少吃辣的菜，因为怕上火。

Ừ, đúng thế, vì trời lạnh người miền Bắc ăn cay nhiều hơn.

嗯，对，因为天气冷，北方人比较能吃辣。

3. Nhân dịp tết Trung Thu, xin biếu bà một chút bánh Trung Thu.

趁中秋节送您一点儿月饼。

Cảm ơn ông nhiều!

太谢谢您了！

4. Công việc đó đã làm đến đâu rồi?

那件事做得怎样啦？

Chỉ làm được một ít, mai phải làm tiếp.

只做了一点儿，明天接着做。

5. Chờ chị một tí, chị thay áo xong là đi cùng với các em.

等我一下，我换完衣服跟你们一起去。

Vâng, chị nhanh lên một chút kẻo bị muộn đấy.

好的，你快点儿，不然就晚了。

6. Một số nông dân đã trở thành dân thành phố.

一些农民变成了城里人。

Thảo nào cứ thấy dân thành phố càng ngày càng đông thêm.

难怪觉得城市里的人越来越多。

Hội thoại VII   Đàm thoại về số từ chỉ toàn bộ
会话7   全数

1. Đồng chí kiểm tra lại xem còn thiếu sót gì không?

你再检查一下，看还缺漏什么吗？

Mọi việc đều đã xong xuôi, chắc không còn gì nữa rồi.

一切都完备了，应该没什么了。

2. Em đếm người xem đủ cả chưa, đừng bỏ quên ai nhé.

你数一下，看人都够了没有，别漏了谁。

Cả đoàn đều về đến khách sạn rồi, anh yên trí đi.

全团人都回到宾馆了，你放心吧。

3. Bà còn bao nhiêu hàng chúng tôi mua tất.

您还有多少货，我们包了。

Hết rồi, tất cả đều ở đây rồi.

没有了，都在这里了。

4. Xin đồng chí giới thiệu hội nghị này có mấy vị lãnh đạo đến dự?

请您介绍，这次会议有几位领导出席？

Tất cả lãnh đạo đảng ủy thành phố đều có mặt ở hội nghị hôm nay.

所有市委领导都参加。

5. Anh Huy, anh đã bảo dưỡng máy chưa?

阿辉，你保养机器了没有？

Toàn bộ máy anh đều lau chùi và thêm dầu nhớt rồi.

所有机器我都擦过了，还上了机油。

Công nhân viên chức đều hăng hái làm việc.

员工们都积极工作。

Hội thoại VIII   Đàm thoại về số từ phân phối /chia xẻ
                    (về chia xẻ)

会话8   分配数

1. Bạn Hà định thôi học vì gia đình khó khăn.

阿霞同学因为家庭困难打算退学。

Chúng ta kêu gọi mỗi bạn góp 10 tệ thì sẽ đủ tiền cho em Hà đóng học phí.

我们号召每个同学捐10元，那么就够给阿霞交学费了。

2. Hàng ngày các anh làm mấy tiếng?

每天你们干几个小时？

Mỗi ngày chúng tôi làm 8 tiếng.

我们每天干8小时。

3. Nhiều công việc như thế làm sao ngày mai hoàn thành được!

这么多活明天怎么干得完！

Thế thì bảo tổ trưởng phân công mỗi người phụ trách một việc đi.

那就让组长分工，每人负责一项工作。

4. Không biết ai lấy mất cái chìa khóa của tôi.

不知道谁拿了我的钥匙。

Chị hỏi từng người một xem.

你每个人都问问。

Hội thoại IX　Đàm thoại về số thứ tự
会话9　　　序数

1. Ông đến Hà Nội nhiều chưa?

你常来河内吗？

Lần này là lần thứ 3 tôi đến Hà Nội, và lần nào tôi cũng ở phòng 112 nhà số chín khách sạn Kim Liên.

这回是我第三次来河内，每次来我都住金莲宾馆九号楼112号房。

2. Tại sao anh ta được tặng một đóa hoa?

为什么他得到一束花？

À, tại vì anh ấy là khách du lịch thứ một triệu đến thăm thành phố này.

啊，因为他是第一百万位到这个城市旅游的客人。

Bác cho biết Tết năm nay vào ngày nào ạ?

伯伯，今年春节在哪一天？

Vào mồng 7 tháng 2 dương lịch.

在阳历2月7日。

词汇表

1. đếm　数　　　　　　　　　2. tham gia　参加

3. lao động nghĩa vụ　义务劳动　　4. cả … lẫn　连······带······

5. họ　帮　　　　　　　　　　6. bánh răng　齿轮

7. tất cả　总共

8. ơi　(语气词，招呼人时表亲切)

9. nhân　乘；乘法　　　　　　10. bằng　等于

11. sinh nhật　生日　　　　　　12. đủ　满；够

13. theo　根据　　　　　　　　14. số liệu　数据

15. nhà nước　国家　　　　　　16. công bố　公布

17. tổng kim ngạch　总金额　　　18. xuất nhập khẩu　进出口

19. đạt　达到；及格　　　　　　20. thế　那么

21. tính　计算　　　　　　　　22. riêng　单独

23. bán　销售　　　　　　　　24. nước phát triển　发达国家

25. trong nước　国内　　　　　　26. chiếm　占

27. thế giới　世界　　　　　　28. tăng bội　翻番

29. mức　幅度　　　　　　　　30. tăng trưởng　增长

31. thi　考试　　　　　　　　32. tiếng Anh　英语

33. đông　多；众多　　　　　　34. sản lượng　产量

35. lúa mì　小麦　　　　　　　36. tôm　虾

37. tăng　增加　　　　　　　　38. con lợn　猪

39. chưa xuất chuồng　存栏的；未出售的

40. ngài　先生；（男性第二人称）您

41. lương　薪水；工资　　　　　42. trả　还；支付

43. du lịch　旅游　　　　　　　44. đôi　双

45. giày　鞋　　　　　　　　　46. mất　花费

47. thư viện　图书馆　　　　　　48. quyển　册；本

49. quả lê　梨

50. dự　参加

51. họp mít tinh　集会

52. trẻ　年轻

53. gần　接近；快；差不多

54. trái cây　水果

55. trôi qua　（时间）流逝；过

56. quả táo　苹果

57. vui　高兴

58. nghỉ hè　暑假

59. sống lâu　长寿

60. bán　卖

61. hàng　货

62. dự kiến　预计

63. tham gia　参加

64. hội chợ quốc tế　国际会展

65. cũng như　和；与

66. nước ngoài　外国

67. đăng ký　报名

68. thích　喜欢

69. ca sĩ　歌唱家；歌手

70. miền Nam　南方

71. cay　辣

72. sợ　怕；担心

73. nóng　热；上火

74. lạnh　冷

75. miền Bắc　北方

76. nhân dịp　趁……之际

77. tết Trung Thu　中秋节

78. bánh Trung Thu　月饼

79. hả　啊 (语气词)

80. tiếp　接着；继续

81. thay　换；更换

82. xong　完；完毕

83. kẻo　不然；否则

84. muộn　晚

85. trở thành　变成

86. thảo nào　难怪；怪不得

87. càng … càng　越来越……

88. kiểm tra　检查

89. thiếu sót　缺漏

90. xong xuôi　完备；完成

91. bỏ quên　遗漏

92. đoàn　团；团队

93. yên trí　放心；安心

94. hết　完

95. vị　位

96. lãnh đạo　领导

97. dự　出席

98. đảng ủy　党委

99. có mặt　在场；到场；参加

100. bảo dưỡng　保养

101. lau chùi　擦拭

102. thêm　加；增加

103. dầu nhớt　润滑油

104. hăng hái　积极

105. thôi học　退学；辍学

106. gia đình　家庭

107. khó khăn　困难

108. kêu gọi　号召

109. góp　捐

110. đóng　交；缴纳

111. học phí　学费

112. làm sao　怎样；如何

113. hoàn thành　完成

114. bảo　告诉

115. tổ trưởng　组长

116. phân công　分工

117. phụ trách　负责　　　　118. lấy mất　拿走
119. chìa khóa　钥匙　　　　120. tặng　送；赠送
121. đóa　束；簇　　　　　　122. khách　客人
123. du lịch　旅游　　　　　124. Tết　春节；（阴历）节日
125. thăm　参观；访问

▌▌ **Hướng dẫn　注释** ▌▌

越南语的基数词

1. 越南语基数词的写法和百以下基数的读法。

小写使用国际通用的阿拉伯数字，即1、2、3、4、5、6、7、8、9、10……大写使用越南语，如：một, hai, ba, bốn, năm, sáu, bảy, tám, chín, mười……

10至19由 mười + 个位基数组成。

如：11读mười một, 12 读mười hai, 18 读mười tám，19 读mười chín。

20以上的十位数由2以上个位基数 + mươi组成。

如：20 读hai mươi, 30读 ba mươi, 40读 bốn mươi, 50读 năm mươi, 60读 sáu mươi, 70读 bảy mươi, 80读tám mươi, 90读 chín mươi。

20以上的十位数和个位数的读法。

由个位基数 + mươi + 个位基数。如，22：hai mươi hai；27：hai mươi bảy；29：hai mươi chín；33：ba mươi ba；34：ba mươi tư；36：ba mươi sáu；41：bốn mươi mốt；45：bốn mươi lăm；57：năm mươi bảy；91：chín mươi mốt；99：chín mươi chín。

2. 越南语的百、千、万、十万、百万、千万、亿、十亿、十亿以上的表达方式。

百、千、万、十万的表达方式。

（1）越南语中的"百"是"trăm"。例：136 读成một trăm

ba mươi sáu578 读成năm trăm bảy mươi tám; 999读成chín trăm chín mươi chín。

（2）越南语中的"千"有两种读法，一是"nghìn"，二是"ngàn"，两种用法一样，没有区别。

例：1233 读成một nghìn hai trăm ba mươi ba; 7891读成bảy nghìn tám trăm chín mươi mốt。

（3）越南语中的"万"有两种表达法，一是"vạn"，二是"mười nghìn"，其中后一种较常见。

例：21872读成hai mươi mốt nghìn tám trăm bảy mươi hai或读成 hai vạn một nghìn tám trăm bảy mươi hai; 45829 读成bốn mươi lăm nghìn tám trăm hai mươi chín。

（4）"十万"表达为"trăm nghìn"。

例：158321读成một trăm năm mươi tám nghìn ba trăm hai mươi mốt; 378562 读成ba trăm bảy mươi tám nghìn năm trăm sáu mươi hai; 931235 读成chín trăm ba mươi mốt nghìn hai trăm ba mươi lăm。

百万、千万、亿的表达方式。

（1）"百万"表达为"triệu"。

例：1367800 读成một triệu ba trăm sáu mươi bảy nghìn tám trăm; 4967820读成bốn triệu chín trăm sáu mươi bảy nghìn tám trăm hai mươi。

（2）"千万"表达为"mười triệu"。

例：28327000读成hai mươi tám triệu ba trăm hai mươi bảy nghìn。

（3）"亿"表达为"trăm triệu"。

例：354210000 读成 ba trăm năm mươi tư triệu hai trăm mười nghìn。

十亿、十亿以上的表达方式。

（1）"十亿"表达为"tỷ"。

例：7483654000读成bảy tỷ bốn trăm tám mươi ba triệu sáu trăm năm mươi fư nghìn。

（2）"百亿"表达为"mười tỷ"。

例：22927492000读成hai mươi hai tỷ chín trăm hai mươi bảy triệu bốn trăm chín mươi hai nghìn。

（3）"千亿"表达为"trăm tỷ"。

例： 375639574000读成ba trăm bảy mươi lăm tỷ sáu trăm ba mươi chín triệu năm trăm bảy mươi tư nghìn。

（4）"万亿"表达为"nghìn tỷ"。

例：5746303884000读成năm nghìn bảy trăm bốn mươi sáu tỷ ba trăm linh ba triệu tám trăm tám mươi tư nghìn。

注意：

为了便于识别大数目，越南语在每进三位数时有个分隔号，如千位、百万位、十亿位、万亿位等前面有分隔号。越南语的这种分隔号是实心的句号。例如，5746303884000书写为5.746.303.884.000。

百位以上的数中间有"0"（零）的读法。

（1）十位数为"0"（零）的，读linh或lẻ。

如：103读một trăm linh ba或một trăm lẻ ba；408读bốn trăm linh tám或bốn trăm lẻ tám。

（2）百位数为"0"（零）的读 không。

如：2014读hai nghìn không trăm mười bốn；2007读hai nghìn không trăm linh bảy。

（3）千位以上数中间有"0"（零）的读法有两种情况。

一种是"0"落在百位数时读không。例：24034读hai mươi tư nghìn không trăm ba mươi tư；351022读ba trăm năm mươi mốt nghìn không trăm hai mươi hai。

另一种是连续几个"0"时，可以读linh，然后读接下来的数；

也可以不读linh而直接读接下来的数。例：3000600读ba triệu sáu trăm；3060600读ba triệu sáu mươi nghìn sáu trăm。

3. 数词的音变。

数词1(một)在20以后读mốt。

例：21读hai mươi mốt；31读ba mươi mốt；41读bốn mươi mốt；91读chín mươi mốt。

数词4（bốn）在mươi后读tư。

例：24读hai mươi tư；54读năm mươi tư；74读bảy mươi tư；84 tám mươi tư。

数词5 (năm) 在15以后读lăm。

例：15读mười lăm；35读ba lăm；75读bảy lăm。

其中25有两种读法：一种是hai mươi lăm, 另一种是hai mươi nhăm (hăm nhăm)。

注意：

1．百位数以内，20以上逢五时，mươi可以省略。如：25读hăm nhăm；35读ba lăm；45读bốn lăm；55读năm lăm；65读sáu lăm；75读bảy lăm；85读tám lăm；95读chín lăm。

2．在以上场合中，对音变掌握不熟练时，除15外，直接使用năm也是允许的。

数词10（mười）在20以后读mươi。

如20读hai mươi；40读bốn mươi；60读sáu mươi；130读một trăm ba mươi；1350读một nghìn ba trăm năm mươi。

数词21、31以上数中的"十"读音常发生音变。

（1）21以上的数中的20（hai mươi）可读成hăm。例：21读hăm mốt；22读hăm hai；28读hăm tám；29读hăm chín。但25可读hai mươi lăm, hai lăm或hăm nhăm。

（2）31以上的数中的30（ba mươi）可读成băm。例：31读băm

mốt；33读băm ba；36读băm sáu；39读băm chín。但35可读 ba lăm或
băm lăm。

小数和分数

1. 小数。

越南语中小数点的写法与汉语不同，写成"，"(读phẩy)，像汉语的
逗号。例：1.125越南语写成1,125。

越南语中小数点后面的数字一般有两种读法。

一是按数字顺序照读。例：2,234读hai phẩy hai ba bốn。

二是按十、百、千位数读。例：0,315读không phẩy ba trăm mười
lăm；5,2361读năm phẩy hai nghìn ba trăm sáu mươi mốt。但五位以上
小数很少用这种表达方式。

2. 分数。

越南语的分数是先读分子，后读分母，与汉语的顺序相反。

例：三分之一读một phần ba；八分之三读ba phần tám；五分之
二读hai phần năm；20%读hai mươi phần trăm；37,26%读ba mươi bảy
phẩy hai sáu phần trăm。

整数带分数的读法是：先读整数，再读分数。例：一又二分之
一读một một phần hai；二又二分之一读hai một phần hai。

3. 半数。

越南语中表示"半"概念的有三个词：nửa，rưỡi ，rười。

nửa：置于名词、量词前，表示"一半"。

例如，nửa quả cam 半个橙子；nửa cân 半公斤；non nửa giờ 接
近半小时；không rời nửa bước 不离半步。

有的场合nửa前面可以加một：chỉ ăn một nửa只吃一半；viết xong
một nửa写了一半。

**rưỡi：置于整数词、"数词+量词"或"数词+名词"后，表示
"半"的概念。**

例：một đồng rưỡi 一块五；năm trăm rưỡi 五百五；ngàn rưỡi 一千五；một năm rưỡi 一年半；hai tiếng rưỡi 两个半小时。

rưỡi: 只用于"百""千""万""百万"等之后，表示这些数的"一半"。

例：ba trăm rưởi 三百五；hai nghìn rưởi 两千五；vạn rưởi 一万五；năm triệu rưởi 五百五十万。

4. 倍数。

越南语表达倍数有三种方式。

用"gấp+数词"。

例如，gấp ba 3倍（是……的3倍；为……的3倍）；gấp mười 10倍（是……的10倍；为……的10倍）。

用"数词+lần"。

例如，hai lần 2倍（是……的2倍；为……的2倍）；năm lần 5倍（是……的5倍；为……的5倍）。

用"gấp+数词+lần"。

例：gấp bốn lần 4倍（是……的4倍；为……的4倍）；gấp hai mươi lần 20倍（是……的20倍；为……的20倍）。

注意：

上述表示倍数的句型，其中的数字都包含了原来的底数，翻译成汉语就是"是X倍""为X倍"。汉语有"比……增加了X倍""比……多了X倍"的表达法，如果要用这种表达法，从越南语译过来时，要减少一位数，如：sản lượng năm nay tăng gấp <u>ba</u> lần năm ngoái 今年产量比去年增加了两倍；反过来，从汉语译成越南语时，要加一位数，如：学生人数比去年增加了一倍。sinh viên năm nay nhiều gấp <u>hai</u> lần.

5. 概数。

越南语中表示大概数目的词有：ngót（将近），non（差一点，不到，不足），độ, khoảng, vào khoảng（大概，大约），trên dưới（上下，左右），hơn（多），già（多一点），hàng（上，成）。

例：ngót hai mươi người 接近20人；còn được non một lít 还得差不多一升；dài độ 5 mét 长约5米；cô bé khoảng mười lăm tuổi 小女孩约15岁；tàu đến ga vào khoảng tám giờ tối 火车大约晚上8点到；vượt mức trên dưới 10% 超过10%左右；hơn hai mươi năm nay 二十多年来；làm già nửa ngày mới xong 干了半天多一点才完；người đông có tới hàng nghìn 多达上千人。

6. 不定数。

表示量多的不定数有nhiều, lắm,（多，许多）bao nhiêu（多少，多么）。

例：còn nhiều người chưa lĩnh phụ cấp 还有许多人没领补贴；lắm mồm 多嘴；vinh dự bao nhiêu 多么光荣。

表示量少的不定数有ít, một ít, một chút, chút ít（一些，一点）。

例：ít người biết việc này 很少人知道这件事；chỉ ăn một ít thôi 只吃一点；chờ một chút 等一下；có thay đổi chút ít 有点变化。

7. 全数。

越南语常用的全数有cả, mọi, tất, tất cả, toàn, toàn bộ, toàn thể 等，表示"全部""所有"等意思。

例：cả nhà đều đi 全家都去；giải quyết mọi vấn đề 解决所有问题；giáo viên và sinh viên toàn trường 全校师生；cống hiến toàn bộ cuộc đời 贡献毕生；hội nghị toàn thể 全体会议。

8. 分配数。

越南语常用的分配数有mỗi, từng。mỗi有"每一"的意思；từng常跟một搭配，有"逐一"的意思。

例：mỗi nhà chia hai cân 每户分两公斤；thầy hỏi từng em một 老师逐一提问学生。

9. 序数。

越南语表示序数时，在数词前面加 thứ 或 số，表示"第×"或"×号"。

例：xếp thứ sáu 排第六；ngày thứ bảy 第7天；nhà số chín 9号楼；phòng số 2112 2112号房。

注意：

在表示楼层时，越南语有两种表达法。

1．表示"第×层"时，跟汉语一样：tầng（或 tầng thứ）＋数词。例：văn phòng ở tầng (tầng thứ) mười 办公室在第10层。

2．表示"第×楼"时，跟汉语不一样。汉语第二层称为"二楼"，几层就叫几楼；越南语从第二层以上才称为"楼"，第二层为"一楼"，三层为"二楼"，以此类推。例：lầu một 二楼；lầu bốn 五楼；lầu mười một 十二楼。

补充词汇：

xe máy　摩托车	máy may　缝纫机	lò vi sóng　微波炉
bếp ga　燃气炉	bếp từ　电磁炉	máy giặt　洗衣机
máy in　打印机	máy quét（máy scan）　扫描仪	
dao cạo râu điện　电动剃须刀		máy phô-tô　复印机
xe đạp　自行车	thang máy　电梯	bộ nạp điện　充电器
camera　摄像机；摄像头		máy hút bụi　吸尘器
bật lửa　打火机	dầu xả　护发素	kéo　剪刀
chậu rửa mặt　洗脸盆	xô　桶	ô　伞
khăn tắm　浴巾	thuốc đánh răng　牙膏	
xà phòng　肥皂	bột giặt　洗衣粉	
kính râm　墨镜	bàn chải răng　牙刷	

Tập nói　演练

一、越南语整数演练。

1.用越南语从一数到一百。

2. 用越南语写出下列数字并读一遍。

15，25，35，45，55，65，75，85，95；

10，21，33，46，52，64，77，83，99；

134，256，568，777，432，625，831，926；

903，2025，1378，4331，67321，338977，2413156，1000000，

100000000，1000000000。

二、用越南语说出下面的句子。

1. 2006年中国进出口总额达1.76万亿美元，增长24%；其中出口9691亿美元，增长27%；进口7916亿美元，增长20%。

2. 我们学校的学生人数比10年前增长了5倍。

3. 现在公司营业额是半年前的3倍。

4. 这篇文章太长了，我们每人抄一半吧。

5. 市第一图书馆藏书150万册。

6. 她50岁上下，但已经退休两年了。

7. 这只鸡3公斤差一点，那只鸭2公斤多一点。

8. 今天早上公司的人送来一桶油，约10公斤重。

9. 还有30天左右，这项工程就可以完工了。

10. 经过两年多的努力学习，他终于拿到了硕士学位。

11. 将近下午6点，孩子的爸爸妈妈才回到家。

12. 我们学校有上千名学生报名参加义务劳动。

13. 由于昨天晚上停电，许多人没能看到那场足球比赛。

14. 我的笔没墨了，你给我一点墨水。

15. 为了保证身体健康，每一个人每天都要进行体育锻炼。

16. 老师一个宿舍一个宿舍地检查。

17. 他每次来南宁都住明园饭店5号楼208号房。

▌▌ **Thực hành**　**实践** ▌▌

分组进行以下操练。

1. 每人从1数到100。

2. 一人用中文说出任意的数字，其他人用越南语说出来，轮流进行。

3. 一人用越南语说出任意数字，其他人用中文说出来，轮流进行。

4. 分别用含有分数、小数、概数、不定数、全数、分配数、序数等数字的词语造句。

Thường thức　**常识**

越南语数字的小写用阿拉伯数字，如：1、2、3、4、5、6、7、8、9、10……越南语数字的大写形式，就是直接用越南语拼写出数字，如：một, hai, ba, bốn, năm, sáu, bảy, tám, chín, mười……"小写"越南语叫"viết số"，"大写"叫"viết chữ"。

除了使用阿拉伯数字和越南语大写数字，越南人还常常会使用罗马数字，如用于文章的大小标题前等。这些罗马数字的作用类似于我们汉语中的汉字数字一、二、三、四……所以我们有必要对罗马数字做些了解。

罗马数字1~12的数字是这样表示的：Ⅰ、Ⅱ、Ⅲ、Ⅳ、Ⅴ、Ⅵ、Ⅶ、Ⅷ、Ⅸ、Ⅹ、Ⅺ、Ⅻ。从中我们可以看出，"Ⅰ、Ⅱ、Ⅲ"分别就是"一、二、三"，"Ⅴ"是"五"，"Ⅹ"是"十"。"Ⅰ、Ⅱ、Ⅲ"放在"Ⅴ"和"Ⅹ"的左边，就是"Ⅴ""Ⅹ"分别减去"Ⅰ、Ⅱ、Ⅲ"，放在右边，就是"Ⅴ""Ⅹ"分别加上"Ⅰ、Ⅱ、Ⅲ"。"XX"是"二十"，"XXX"是"三十"。为了表示较大的数，罗马人用符号L表示五十，C表示一百，D表示五百，M表示一千。若在某个数的上方画一横线，这个数就扩大一千倍。罗马数字的七个基本符号是：Ⅰ（1）、Ⅴ（5）、Ⅹ（10）、L（50）、C（100）、D（500）、M（1000）。

Bài thứ 10   Cách diễn đạt về thời gian và đo lường
第十课   时间和度量衡的表达法

Mồng_____ tháng_____ năm ___   ___年__月__日

_____ giờ_____ phút   ___点_____分

_____ giờ kém_____ phút   差___分___点

cách _____ ki-lô-mét   相距___公里

nặng_____ ki-lô-gam   ___公斤重 ○

1. Thưa thầy, đến năm 2009 nước ta đã thành lập bao nhiêu năm ạ?

   老师，到2009年我们国家成立多少周年？

   Mồng 01 tháng 10 năm 2009 là ngày tròn 60 năm nước Cộng hòa Nhân dân Trung Hoa ra đời.

   2009年10月1日中华人民共和国诞生60周年。

2. Anh trưởng phòng ơi, chiều thứ hai cơ quan ta có chương trình gì không?

   科长，星期一下午我们单位有什么活动吗？

   2h30 (hai giờ ba mươi phút) chiều thứ hai tuần này họp toàn thể viên chức tại hội trường.

   本周一下午两点半在礼堂开全体人员会议。

3. Sân bay cách trung tâm thành phố khoảng 30 ki-lô-mét.

   机场离市区约30公里。

4. Túi quả này nặng 3 ki-lô-gam.

这袋果重3公斤。

Đàm thoại theo tình huống　情景对话

Hội thoại I　Đàm thoại về ngày tháng năm
会话1　　　　日期

1. Mồng 1 tháng 10 năm 1949 là ngày nước Cộng hòa Nhân dân
   Trung Hoa ra đời, đến ngày 1 tháng 10 năm 2009 là tròn 60 năm.

   1949年10月1日是中华人民共和国诞生的日子，到2009年10月1
   日就满60年了。

   Vâng, sau khi cải cách mở cửa, đất nước ta đã có những tiến bộ
   được khắp thế giới dõi theo.

   是的，改革开放后，我们的国家取得了举世瞩目的进步。

2. Chị ơi, hôm nay là ngày mấy tháng mấy?

   姐姐，今天是几月几日啊？

   Hôm nay là ngày 27 tháng 3.

   今天是3月27日。

   Hôm kia chị hứa hôm qua dẫn em đi chợ mua quần áo, chị quên
   rồi à?

   前天你答应昨天带我去商场买衣服，你忘了吗？

   Chết, chị quên! Hôm nay chị bận việc quá, thế ngày mai hoặc ngày
   mốt ta đi vậy.

   糟糕，我忘了！今天我太忙，那么明天或后天我们去吧。

3. Ngày 28 tháng 8 là sinh nhật của cháu Thủy, bác sẽ mua quà tặng
   cho cháu.

   8月28日是水儿的生日，伯伯要买礼物给你。

Bác mua quà gì cho cháu hả bác?

买什么给我呀，伯伯？

Đến chiều tối ngày đó thì cháu sẽ biết.

到了那天的傍晚，你就会知道了。

4. Mao Trạch Đông sinh ngày 26 tháng 12 năm 1893.

毛泽东生于1893年12月26日。

Thế tính theo âm lịch là ngày nào, tháng nào và năm nào?

按阴历计算是哪年哪月哪日？

Tính theo âm lịch là ngày 19 tháng 11 năm Quý Tỵ.

按农历是癸巳年十一月十九日。

5. Hiện nay đã là tháng 10 trời vẫn ấm như vậy, thế thì thành phố mình vào tháng nào mới là lạnh nhất hả anh?

现在已经是10月份了，天气还那么暖，我们这座城市几月份才最冷啊？

Phải đến cuối tháng chạp và đầu tháng giêng.

要到农历腊月底、一月初。

6. Một năm có bảy tháng đủ và năm tháng thiếu.

每年有七个大月，五个小月。

Những tháng nào là tháng đủ?

哪些月份是大月？

Tháng giêng, tháng 3, tháng 5, tháng 7, tháng 8, tháng 10 và tháng 12 là những tháng đủ, còn lại là tháng thiếu.

1月、3月、5月、7月、8月、10月、12月是大月，其他的是小月。

Hội thoại II   Đàm thoại về tuần lễ
会话2   星期

1. Mỗi tuần em học mấy tiết?

   每星期你学几节课？

   Mỗi tuần em học 24 tiết.

   每星期学24节。

2. Thứ hai anh có đi làm không?

   星期一你去上班吗？

   Từ thứ hai đến thứ bảy tôi đều phải đi làm.

   从星期一到星期六我都要上班。

3. Tuần trước không gặp anh, anh về quê rồi à?

   上星期没见你，你回老家了吗？

   Không, tuần trước anh đi Thượng Hải công tác, tuần tới mới về quê thăm bố mẹ.

   没有，上星期我去上海出差，下星期才回老家看父母。

4. Cuối tuần chị định đi đâu giải trí?

   周末你打算去哪里消遣？

   Không đi đâu cả, đầu tuần sau chị phải thi môn toán, cần ở nhà ôn bài.

   哪儿也不去，下周初我要考数学，得在家复习。

Hội thoại III   Đàm thoại về thời gian
会话3   时刻

1. Mấy giờ tối mai sinh hoạt đoàn?

明天晚上几点过团组织生活？

Bảy giờ bốn mươi lăm (7h45), các bạn nhớ đến đúng giờ nhé!

7点45分，大家记得准时到啊！

2. Khuya rồi, con ngủ đi thôi, mai còn phải dậy sớm đi học đấy.

很晚了，去睡吧，明天还要早起上学呢。

Vâng ạ, mẹ nhớ đánh thức con nhé!

好的，妈妈记得叫醒我呀！

3. Anh Sinh chạy nhanh thật, thi chạy ma-ra-tông chỉ mất 2 tiếng 58 phút 36 giây, phá kỷ lục cũ của Tỉnh.

阿生跑得真快，跑马拉松只用了两小时58分36秒，破了省纪录。

Vâng, anh ấy là vô địch của trường mình mà.

是啊，他是咱们学校的冠军嘛。

4. Từ Nam Ninh đến Bắc Hải phải mất mấy tiếng?

从南宁到北海要多长时间？

Đi xe ca mất khoảng ba giờ bốn mươi phút đồng hồ, nếu tự lái xe con thì chỉ cần hơn hai tiếng thôi.

坐班车要3小时40分钟，要是自己开小车，只需两个多小时。

5. Lúc nào anh đi công tác?

你什么时候去出差？

Sáng ngày kia.

后天上午。

Anh đi chuyến tàu chạy lúc mấy giờ?

你搭几点的火车？

Chuyến 8 giờ kém 10.

7点50分的那趟。

Hội thoại IV   Đàm thoại về mùa
会话4   季节

1. Thời tiết mùa xuân và mùa hè quê em ẩm ướt, nhiều mưa, người rất khó chịu.

   我老家的春天和夏天潮湿多雨，人们感到身体很难受。

   Quê em cũng vậy. Nhưng đến mùa thu và mùa đông thì thời tiết khô ráo, dễ chịu hơn.

   我老家也是这样。不过到了秋天和冬天天气干燥，好受些。

2. Chị đi du học Việt Nam hai năm, chị thấy thời tiết Việt Nam thế nào?

   你到越南留学两年，觉得越南的气候怎样？

   Thời tiết miền bắc Việt Nam giống mình, có bốn mùa xuân, hạ, thu, đông. Còn miền nam Việt Nam chỉ có hai mùa là mùa mưa và mùa khô, mùa mưa từ tháng 5 cho đến tháng 11 hàng năm, còn mùa khô từ tháng 11 cho đến tháng 4 năm tới.

   越南北方的气候跟我们相同，有春夏秋冬四季。而越南南方只有雨季和旱季两季，雨季从每年的5月到11月，旱季从11月到来年的4月。

3. Gần đây bà buôn bán thế nào?

   近来你的生意如何？

   Tháng này là mùa ế hàng, so với những tháng đắt hàng thì ít khách hơn.

   这个月是淡季，跟旺季相比顾客少一些。

4. Tại sao ở đây bán nhiều nhãn thế?

   为什么这里有这么多龙眼卖？

Vì đang là mùa nhãn, để cháu mua cho cô mang về cho mọi người nếm nhé.

因为现在正值龙眼季节，我买给你带回去让大家品尝吧。

5. Tại sao lớp cô vắng nhiều em thế?

怎么你们班这么少学生？

Đến mùa gặt có nhiều học sinh xin phép về quê giúp việc đồng áng cho gia đình.

到了收割季节，许多学生请假回家帮干农活。

Hội thoại V   Đàm thoại về đo lường
会话5   度量衡

1. Loại thuốc này tinh luyện từ thực vật, hàm lượng tịnh trong một viên thuốc chỉ có 0,5 mi-li-gam.

这种药从植物中提纯，每颗药粒中药的净含量只有零点五毫克。

Vậy uống có hiệu nghiệm không?

服用效果好吗？

Mẹ em uống thấy rất hiệu nghiệm.

我妈妈吃了觉得很好。

2. Hiện nay giá vàng lên ghê lắm.

现在黄金价格涨得很厉害。

Một gam lên bao nhiêu?

每克涨多少？

Hơn 50 tệ so với năm ngoái.

每克比去年涨了50元。

3. Vừng đen (mè đen) này chị bán bao nhiêu một cân?

这种黑芝麻你卖多少钱一公斤？

Hai mươi hai ngàn đồng một ki-lô.

22000盾一公斤。

Còn lạc thì bao nhiêu?

那花生卖多少？

Lạc (đậu phộng) em bán mười bốn ngàn một ký, chị ạ.

花生我卖14000盾一公斤。

4. Hàng năm quý công ty nhập vào bao nhiêu tấn quặng sắt?

贵公司每年进多少吨铁矿？

Trên dưới hai triệu tấn.

两百万吨左右。

5. Công ty ông cách trung tâm thành phố bao nhiêu ki-lô-mét?

您公司离市区多少公里？

Khoảng hai mươi lăm cây.

大约25公里。

6. Anh khoan lỗ hộ em tấm thép i-nốc này nhé.

你帮我把这块不锈钢板钻孔吧。

Ừ, đường kính lỗ em cần là bao nhiêu?

唔，你要多大孔径？

Ba cái 2 mi-li-mét, bốn cái 1,2 xen-ti-mét.

三个2毫米，四个1.2厘米。

7. Trường em rộng bao nhiêu?

你们学校有多大？

Bẩy trăm nghìn mét vuông, bằng bẩy mươi héc-ta.

70万平方米，相当于70公顷。

8. Anh có biết nước Anh rộng bao nhiêu ki-lô mét vuông không?

你知道英国有多少平方公里大吗？

Diện tích của Anh là 243.600 ki-lô mét vuông.

英国的面积是24万3600平方公里。

9. Nền nhà này phải đào hàng nghìn mét khối đất.

这个地基要挖上千方土。

Thế đất đào ra bỏ đi đâu?

那挖出来的土搁哪儿？

Lấp vào ao bên đường vậy.

就填到路边的塘里吧。

词汇表

1. Nước Cộng hòa Nhân dân Trung Hoa   中华人民共和国
2. ra đời   诞生
3. tròn   整整；届满
4. sau khi   后；之后
5. cải cách mở cửa   改革开放
6. đất nước   国家
7. tiến bộ   进步
8. khắp thế giới dõi theo   举世瞩目
9. hứa   答应；承诺
10. dẫn   带领；引导
11. chợ   市场；商场
12. quần áo   衣服
13. quên   忘记
14. chết   死；糟糕
15. bận   忙
16. ngày mai   明天
17. ngày mốt   后天
18. sinh nhật   生日
19. quà   礼物
20. tặng   送；赠送
21. chiều tối   傍晚
22. tính   计算
23. âm lịch   阴历；农历
24. năm Quý Tỵ   癸巳年
25. hiện nay   现在
26. ấm   暖和
27. tháng chạp   腊月
28. tháng giêng   一月
29. tháng đủ   大月
30. tháng thiếu   小月
31. tuần lễ   星期
32. tuần   星期
33. tiết   节（课）
34. đi làm   上班
35. quê   老家；家乡；乡下
36. đi công tác   出差
37. thăm   看望；参观
38. cuối tuần   周末

39. giải trí   消遣；娱乐
40. thi   考试
41. môn   学科
42. toán   数学
43. ôn bài   复习功课
44. sinh hoạt đoàn   团组织生活
45. nhớ   记得
46. đúng giờ   准时
47. dậy   起床
48. đánh thức   叫醒
49. chạy   跑
50. nhanh   快
51. thi chạy   赛跑
52. ma-ra-tông   马拉松
53. mất   用（时）；丢失
54. vô địch   冠军
55. xe ca   班车
56. đồng hồ   小时；钟表
57. lái   开
58. xe con   小车；轿车
59. chuyến tàu   车次；航班
60. thời tiết   气候
61. ẩm ướt   潮湿
62. mưa   雨水；下雨
63. người   身体；人
64. khó chịu   难受
65. khô ráo   干燥
66. dễ chịu   好受；舒服
67. du học   留学
68. giống   像；相同
69. miền Bắc   北方
70. gần đây   近来
71. năm tới   来年
72. mùa ế hàng   淡季
73. buôn bán   生意
74. mùa đắt hàng   旺季
75. so với   与……相比
76. mang   带；携带
77. nhãn   龙眼
78. nếm   品尝
79. mọi người   大家
80. mùa gặt   收割季节
81. vắng   （人）少；冷清
82. xin phép   请假
83. học sinh   （中小）学生
84. đồng áng   农活
85. giúp việc   帮忙
86. tinh luyện   提纯
87. thuốc   药
88. hàm lượng   含量
89. thực vật   植物
90. viên   粒；颗
91. tịnh   净（量）
92. hiệu nghiệm   有效
93. uống   饮；喝；吃（药）
94. lên   上；上涨
95. vàng   黄金
96. lỗ   孔；洞
97. khoan   钻
98. thép i-nốc   不锈钢
99. tấm   块
100. bằng   相当于；等于
101. đường kính   直径
102. nền nhà   地基；房基
103. diện tích   面积
104. bỏ   搁；放
105. đào   挖
106. ao   水塘

107. lấp 填埋

Hướng dẫn 注释

越南语日期的表示法

1. 年月日的表示法。

越南语表示年月日的顺序跟汉语相反，为"日月年(ngày tháng năm)"。例：1997年7月1日表示为ngày 1 tháng 7 năm 1997。

表达"日"一般用"ngày"，不过1～10日也常用"mồng"。例：1997年7月1日表示为mồng 1 tháng 7 năm 1997。

由于"ngày"还有"天"的意思，要注意区别。"ngày + 数词"是"某日"的意思，"数词 + ngày"是"几天"的意思。例："ngày 20"是"20日"，"20 ngày"是"20天"。

"月"和"年"分别用"tháng"和"năm"表示。

在表达年月日时，"ngày"一般不能少，月和年可用"/"或"-"符号代替。例："2001年2月26日"也可写成ngày 26 / 2 / 2001或ngày 26-2-2001。

日期的读法：依照整数位数来读。

例：ngày 15 (mười lăm), ngày 23 (hai mươi ba), ngày 30 (ba mươi); tháng 9 (chín), tháng 12 (mười hai); năm 1847 (một nghìn tám trăm bốn mươi bảy), năm 1962 (một nghìn chín trăm sáu mươi hai), năm 2007 (hai nghìn linh bảy)

年份的读法还可以按逐个数字来读，如1962可读成một chín sáu hai。

在越南语里，"一月"还常读成tháng giêng (阴历、阳历都可用)；阴历十二月读成tháng chạp。

2. 星期的表示法。

越南语"星期"叫"tuần"，除了星期天（chủ nhật），其他都是用序数词，也就是用"thứ＋数词"来表达。需要注意的是，星期天算是每周的第一天，因此，"星期一"叫"第二"（thứ hai），以此类推。

例：星期一thứ hai，星期二thứ ba，星期三thứ tư，星期四thứ năm，星期五thứ sáu，星期六thứ bảy。

3.季节表示法。

春季mùa xuân，夏季mùa hè，秋季mùa thu，冬季mùa đông；雨季mùa mưa，旱季mùa khô；旺季mùa đắt，淡季mùa ế。

时刻的表示法

1. 越南语中的"时、分、秒"。

越南语的"时""分""秒"分别用"giờ""phút""giây"表示。

2. 越南语中的时间表达顺序。

越南语中"时、分、秒"的表达顺序跟汉语相同。例：7点25分36秒表示为Bảy giờ hai mươi lăm phút ba mươi sáu giây。口语中"10 phút"以上中的"phút"可以省略不说。例：tám giờ 10 phút可以只说tám giờ mười。

3. 越南语中的"刻"。

越南语也有"刻"（khắc）的说法。例：11 giờ 1 khắc 11点1刻。但一般用"××phút"来表示。例：3 giờ 45 phút 3点3刻。

4. "几点差几分"或"差几分几点"在越南语中用"× giờ kém × phút"表示。

例：差15分8点表示为8 giờ kém 15 phút或8 giờ kém 15。

5. 越南语中的时间表达习惯。

在表示时间时，越南人习惯用数字1～12表示。因此，在时间词的后面要加上"上午"（sáng）、"中午"（trưa）、"下午"（chiều）、"晚上"（tối）、"夜里"（khuya）等词以便区分。例：

tám giờ sáng 早上8点；ba giờ chiều 下午3点；tám giờ tối 晚上8点；
mười hai giờ khuya 夜里12点。

6. 越南语中的"早、中、晚"时间段的表达法。

越南语中sáng、trưa、chiều跟汉语上午、中午、下午所表示的时
段差不多，晚上tối则表示从天擦黑到10点前的时段, khuya表示晚上10
点以后的时段。

度量衡的表示法

1. 越南语常用质量词。

毫克mi-li-gam（mg），克gam (g)，公两（100克）lạng，公斤ki-lô
gam (南方常用ki-lô或ký, 北方常用cân) (kg)，吨tấn (t)。

2. 越南语常用长度词。

毫米mi-li-mét (mm)，厘米xen-ti-mét (cm)，米mét (thước) (m), 公
里ki-lô-mét, cây số, cây (km)。

3. 越南语常用面积词。

平方毫米mi-li-mét vuông (mm²)，平方厘米xen-ti-mét vuông (cm²)，
平方米mét vuông (m²)，公顷héc-ta/ ha，平方公里 ki-lô-mét vuông
(km²)。

4. 越南语常用体积词。

立方毫米mi-li-mét khối (mm³)，立方厘米 xen-ti-mét khối (cm³)，
立方米khối或 mét khối (m³)。

5. 越南语常用容积词。

毫升mi-li-lít (ml)，升lít (l)。

▌▌ **Tập nói** 演练 ▌▌

一、每题分别用三组不同的数字填到下面横线处，并用越南语
表达出来。

1. 我们200＿＿＿＿年＿＿＿月＿＿＿日到的学校，现在已经学习

了_____年_____个月的越南语了。

　　2. 他_____年_____月_____日出生，今年_____岁了。

　　3. 今年春节是农历_____月_____日。

　　4. 这个星期_____下午_____时_____分和下个星期_____上午
_____时_____分在教室开班会。

　　5. 我家乡_____季水果最多，_____季雨水最多，_____季
最热，_____季最冷。

　　6. 这条路长_____公里，走路需要_____小时。

二、用越南语说出下列词句。

　　1. 1840-2-27，1923-3-15，1945-8-13，1966-9-30，1977-11-21，
1983-7-22，1997-10-23，2001-5-1，2004-12-26，2007-11-4，2008-8-
29，2010-1-1。

　　2. 4:03，7:35，8:50，9:05，10:10，13:22，16:30，17:15，19:31，
21:25，22:40，23:10，24:00。

　　3. 上星期一，下星期三，星期五上午，星期六下午，星期天晚上。

　　4. 3毫米，10厘米，30米，50公里，20平方米，70公顷，500平方
公里，9立方米，500毫升，220升。

补充词汇：

công nhân　工人	nông dân　农民	diễn viên　演员
ca sĩ　歌手；歌唱家	nhân viên　职员；办事员	
cán bộ　干部	sếp　头儿；老板；领导	
quản đốc　主管	trợ lý　助理	trưởng thôn　村长
giám đốc sở　厅长	vụ trưởng　司长	thứ trưởng　副部长
bộ trưởng　部长	thủ tướng　首相；总理	chủ tịch xã　乡长
chủ tịch huyện　县长	chủ tịch tỉnh　省长	
chủ tịch nước　国家主席	bí thư tỉnh省委书记	tổng bí thư　总书记
tổng thống　总统	nguyên thủ quốc gia　国家元首	

nghị sĩ　议员	nghị trưởng　议长
chủ tịch quốc hội　国会主席；议长	hạ nghị sĩ　众议员
thượng nghị sĩ　参议员	công chức　公务员

Thực hành 实践

分组进行以下操练。

1. 用越南语谈论自己、家人、同学、朋友的出生年月日。

2. 用越南语谈论航班、火车、班车启程与到达时刻。

3. 用越南语谈论学校、单位学习、会议、娱乐等活动的星期、时段（上午、中午、下午、晚上等）及时刻。

4. 参照课文，用越南语谈论质量、长度、面积、体积、容积等内容。

Thường thức 常识

越南河内时间与中国北京时间有一个小时的时差，河内时间比北京时间晚一个小时，如北京时间早上6点时，河内时间是5点。越南的机关单位多在早上7:30上班，中午12:00到13:00午休，下午13:00工作到16:30下班；部分机关单位的作息时间有小幅调整。机关单位和国营企业每周实行双休制，即星期六、星期天休息，但私营企业、商业机构往往只休星期天一天。

越南民族传统节日有许多与中国相同，主要有春节、清明、端午、中秋、重阳等，其中春节为全年最盛大的节日。越南春节放假4天，但由于受节日气氛影响，往往春节前后一周都处于过节状态，不办什么重要事情。越南其他农历节日都不放假。国家规定的其他休假节日有：元旦，统一日（4月30日），国际劳动节（5月1日），国庆节（9月2日）。

越南人休息的时候不喜欢被别人打扰，办理公务要在工作时间进行，而且要事先预约。如果不预约就闯去找人，是一种很不礼貌的行为，往往会被拒绝。

Bài thứ 11 Hỏi đường
第十一课　问路

Làm ơn, xin hỏi (cho hỏi)...
劳驾，请问……
Từ … đến (đi) …
从这里到（去）……
Chỉ giúp …
请帮忙……
Xin lỗi, tôi muốn đến (đi) …
对不起，我想到（去）……

Những câu cơ bản 基本句型

1. Từ … đến … bao nhiêu cây số?

   从……到……有多少公里？

   Từ đây đến kia bao nhiêu cây số?

   从这里到那里有多少公里？

   Từ Hà Nội đến sân bay Nội Bài bao nhiêu cây số?

   从河内到内排机场有多少公里？

   Từ Bắc Kinh đến Thượng Hải bao nhiêu cây số?

   从北京到上海有多少公里？

2. …đi như thế nào?

   ……怎么走？

   Đến siêu thị Mê - Trô đi như thế nào?

美卓超市怎么走？

Đến chợ Đồng Xuân đi như thế nào?

同春市场怎么走？

Đến bến xe Gia Lâm đi như thế nào?

嘉林车站怎么走？

3. ... cách … bao xa …?

······距离······有多远？

Hà Nội cách Hải Phòng bao xa?

河内距离海防有多远？

Nam Ninh cách Hữu Nghị Quan bao xa?

南宁距离友谊关有多远？

Ga Hà Nội cách Trường Đại học Hà Nội bao xa?

河内火车站距离河内大学有多远？

4. Xin lỗi, tôi muốn đi (đến) bưu điện.

对不起，我想去邮电局。

Xin lỗi, tôi muốn đến bến xe buýt.

对不起，我想去公交车站。

Đàm thoại theo tình huống　情景对话

Hội thoại I　Trên xe buýt
会话1　　　　在公共汽车上

A：Anh lái xe tắc-xi ơi! Đưa em đến phố Tràng Tiền có được không ạ?

甲：司机！送我到长前街可以吗？

B：Xe tôi không đi, em muốn đi Tràng Tiền thì đi xe buýt tuyến số 32.

乙：我的车不走，你想去长前街就坐32路公共汽车。

A : (Đã lên xe buýt) Bác tài xế ơi! Xe đến gần phố Tràng Tiền thì báo cho cháu biết nhé!

甲：（在公交车上）师傅！车快到长前街请告诉我一声好吗？

C : Xe chỉ đỗ gần chỗ ngã tư Tràng Tiền thôi, cháu xuống xe đi bộ một đoạn là đến.

丙：车只停在长前街附近的十字路口，你下车走一段路就到。

A : Chị làm ơn cho hỏi, hiệu sách Tràng Tiền đi như thế nào?

甲：劳驾，大姐，请问去长前街书店怎么走？

D : Đây là phố Tràng Thi, em muốn đi hiệu sách Tràng Tiền chứ gì?

丁：这里是长诗街，你想去长前街书店是吗？

A : Vâng ạ.

甲：是的。

D : Từ đây nhé, cứ đi thẳng, đến chỗ ngã ba rồi rẽ trái, đi khoảng 200 mét là đến.

丁：从这里一直走，到三岔路口然后左拐弯，大约走200米就到。

A : Xin lỗi chú! Cháu muốn hỏi đến hiệu sách Tràng Tiền đi như thế nào ạ?

甲：麻烦你一下，我想问到长前街书店怎么走？

E : Cháu đi ngược chiều rồi đấy.

戊：你走反方向了。

A : Thế đi như thế nào cơ?

甲：那怎么走呢？

E : Cháu đi đến quán bán thuốc lá kia, rồi rẽ phải là đúng chỗ đó.

戊：你走到那个烟摊，然后往右拐就对了。

A : Cách đây có xa không ạ?

甲：距离这里有多远？

E : Đi khoảng 100 mét là đến.

戊：大概走100米。

A：Cám ơn chú!

甲：谢谢你!

Hội thoại II　　Ở ngoài đường 1
会话2　　　　在街上1

A：Bà ơi! Cho cháu hỏi nhờ, bưu điện ở đâu ạ?

甲：阿婆!请问您一下，邮电局在哪儿？

B：Chị đi thẳng đến ngã ba rồi rẽ phải là thấy bưu điện đấy.

乙：你一直走到三岔路口，然后往右拐就看见邮电局了。

A：Cách đây có xa không ạ?

甲：离这里远吗？

B：Không xa lắm, đi khoảng mười phút là đến.

乙：不很远，大概走10分钟就到了。

A：Vâng. Cảm ơn bà.

甲：好的。谢谢您。

B：Không có gì.

乙：不用谢。

Hội thoại III　　Ở ngoài đường 2
会话3　　　　在街上 2

A：Xin lỗi, tôi muốn đến Vạn Phúc đi đường nào ạ?

甲：对不起，我想去万福，要往哪儿走？

B：Từ đây đến Vạn Phúc còn xa đấy chị ạ.

乙：从这里去万福还远着呢。

A ：Có xe buýt đến Vạn Phúc không?

甲：有公交车去万福吗？

B ：Có chứ, chị có thể đi xe buýt tuyến số 13 đến Nhà hát lớn xuống xe, rồi chuyển xe buýt tuyến số 27, xe sẽ đỗ ngay trước chợ làng lụa Vạn Phúc đấy.

乙：有。你可以乘坐13路公交车到大剧场下车，然后换27路公交车，在万福丝绸村市场站下。

A ：Thưa anh, bến xe buýt tuyến số13 ở đâu ạ?

甲：大哥，13路公交车站在哪儿？

B ：Chị cứ đi thẳng, đi khoảng 5, 6 phút thì thấy ngay bến xe buýt tuyến số 13. Hay chị đi tắc-xi thì nhanh hơn.

乙：你一直往前走，走大概五六分钟就能看见13路公交车站。要不你坐出租车更快些。

A ：Vâng, cám ơn anh.

甲：好的。谢谢你。

B ：Không dám.

乙：不客气。

Hội thoại IV　　Ở ngoài đường 3
会话4　　　　在街上3

A ：Ông chỉ giúp tôi đường đến Đại Sứ Quán Trung Quốc phải đi đường nào?

甲：劳驾您一下，去中国大使馆往哪条路走？

B ：Anh đi thẳng, đừng rẽ nhé, đến ngã tư phố Hoàng Diệu rồi rẽ trái,

Đại Sứ Quán Trung Quốc ở gần đấy.

乙：你一直往前走，不用拐弯，到黄耀街十字路口向左拐，中国大使馆就在附近了。

A：Từ đây đến phố Hoàng Diệu có xa không?

甲：从这到黄耀街远吗？

B：Không xa, đây nhìn thấy ngã tư đèn xanh đỏ kia mà.

乙：不远，在这里可以看到那条街的十字路口红绿灯呢。

A：Vâng.

甲：好的。

B：Anh mới đến Hà Nội phải không?

乙：你是刚到河内的吗？

A：Vâng, tôi mới đến được một tuần, cho nên chưa thuộc đường. Cám ơn ông nhé.

甲：是的。我刚到河内一周，所以路还不熟。谢谢你。

B：Không sao cả.

乙：不用谢。

词汇表

1. ngã tư   十字路口
2. rẽ   拐弯；分开
3. ngã ba   三岔路口
4. hiệu sách   书店
5. Tràng Tiền   长前（地名）
6. xe buýt   公共汽车；公交车
7. ngược   反；错
8. quán   摊；商店
9. tài xế   司机；司机师傅
10. Tràng Thi   长诗（地名）
11. đi bộ   走路
12. lái xe   司机
13. Hữu Nghị Quan   友谊关（地名）
14. lên xe   上车
15. siêu thị   超市
16. xuống xe   下车
17. đỗ   停
18. thuốc lá   香烟
19. Đồng Xuân   同春（地名）

20. Bằng Tường　凭祥（地名）　　21. Mê-Trô　美卓
22. Nội Bài　内排（地名）　　　23. từ điển　词典
24. rẽ trái　左拐弯　　　　　　　25. rạp chiếu bóng　电影院
26. giúp đỡ　帮助；帮忙　　　　27. bưu điện　邮电局
28. Vạn Phúc　万福（地名）　　29. làng lụa　丝绸村
30. tuyến đường　路线　　　　　31. không dám　不客气；不敢当
32. Đại sứ quán　大使馆　　　　33. chưa thuộc　不熟悉
34. nhà hát　剧院

Hướng dẫn 注释

1. 人称代词 + ơi 语气词的用法。

在越南，当你想向别人寻求帮助时，常使用这一类句型，这样显得你有礼貌，又谦虚。ơi 相当于汉语的"啊"，有时不译出来。如：

Chị Hà ơi!　Ngày mai chị em mình đi phố nhé?

霞姐啊！明天我们一起上街好吗？

Thầy ơi! Bài toán này xin thầy giảng lại lần nữa.

老师！请你再讲解一次这道数学题。

Bà ơi! Cho cháu hỏi, chiếc áo này bao nhiêu tiền?

阿婆！请问这件衣服多少钱？

2. 人称代词 + làm ơn 的用法。

这一类句型也是向别人寻求帮助时经常使用的一类句型。làm ơn 相当于汉语的"劳驾、麻烦"。如：

Anh làm ơn, cho tôi hỏi bây giờ là mấy giờ?

劳驾你一下，请问现在几点钟？

Chị làm ơn, cho em xem đôi giầy kia!

麻烦你，给我看一下那双鞋！

Chú làm ơn, cho cháu xem quyển từ điển Anh – Việt!

麻烦你，给我拿本《英越词典》看一看！

3. xin lỗi +**人称代词的用法。**

这一类句型也是向别人寻求帮助时经常使用的一类句型。xin lỗi 相当于汉语的"对不起、打扰、麻烦"。如：

Xin lỗi chị. Từ đây cách rạp chiếu bóng có xa không ạ?

对不起，请问这里距离电影院有多远？

Xin lỗi anh. Cho em mượn cái bút dùng tí có được không ạ?

麻烦你，请借支笔用一会儿可以吗？

Xin lỗi cô. Cho cháu hỏi ga tàu hỏa ở chỗ nào?

打扰你一下，请问火车站在哪里？

Xin lỗi cụ. Cụ ngồi đây chờ, cháu đi gọi người cho.

老伯，麻烦你坐在这里等一会儿，我去叫人。

补充词汇：

đi thế nào/đi làm sao　怎么走		phía/về phía　往……
cổng chính　大门	phía tây đường　路西	quẹo　拐弯
hay/nên　还是	qua đường　过马路	bến xe/trạm xe　车站
đi xe/ ngồi xe　坐车	gần　近	
đối diện/ trước mặt　对面		
chuyến tàu/đoàn tàu　列车		sân ga　站台
soát vé/xé góc vé　剪票		phía trước　前边
phía sau　后边	bên cạnh　旁边	bên trái　左边
bên phải　右边	giữa　中间	đông　东
nam　南	tây　西	bắc　北
phía đông　东边	phía nam　南边	phía tây　西边
phía bắc　北边		ga xe lửa　火车站
trạm xe buýt　公共汽车站		chỉ　指、指引
lạc đường　迷路；迷失		tiện　方便；顺便
bản đồ　地图	số mấy　几路；几号（车）	

cuối　末；末端　　　　　quốc lộ　国道
đường cao tốc　高速公路　　　　　　　đại lộ　大道
kẹt xe　塞车；堵车　　　giờ cao điểm　高峰时期
đường một chiều　单行道　　　　　　　ngoại ô　郊区
tiếp tục đi　继续走　　　hướng ngược lại　相反的方向

Tập nói　演练

将适当的词填在下列横线上。

1.Từ đây đến_____ bao nhiêu mét?

2.Từ đây đến _____ bao nhiêu cây số?

3.Từ đây đến_____mất bao nhiêu tiếng?

4.Từ đây đến_____khoảng bao nhiêu bước?

5.Từ đây đến_____ bao xa?

6. Xin lỗi, bác chỉ giúp cho cháu đường _____ đi như thế nào?

7. Em ơi, cho hỏi nhờ , bến xe_____ cách đây bao xa?

8. Từ đây đi_____bao nhiêu phút.

Thực hành　实践

一、分组，以不同对象、不同地址为内容，用越南语进行问路、指路操练。

二、用汉语说出下列句子的意思。

1. 根据下列词组，分组进行问路操练。

Xin hỏi, xin lỗi, làm ơn, cảm ơn, phiền, đường.

（1）向同辈问路。

（2）向晚辈问路。

2. 用越南语回答下列问题。

（1）Xin lỗi, anh làm ơn chỉ giúp tôi đường đến khách sạn Thắng Lợi?

（2）Đi xe đến đó hết bao nhiêu thời gian?

（3）Xin hỏi gần đây có nhà vệ sinh không?

（4）Bác vui lòng cho hỏi đến Bách hóa Thanh Xuân đi như thế nào?

（5）Giờ cao điểm thường bị kẹt xe phải không?

Thường thức 常识

1. 向别人求助时的称呼习惯。在越南，当你想寻求别人的帮助时，必须根据求助对象的年龄来称呼对方，否则别人不会理睬你，甚至说你没有礼貌。通常的做法是抬高对方而降低自己的辈分。如常用anh（大哥）/ chị（姐姐）称呼对方，用em（小弟，小妹）称呼自己；用chú（伯父/伯母/叔叔）称呼对方，用cháu（侄儿）自称等。

2. 越南与我国边境口岸衔接的主要公路有如下几条。

（1）1A号公路：友谊关—谅山—河内—岘港—胡志明市—金瓯，全长2354公里。此公路贯通南北，是越南境内最长的国道。

（2）18B号公路：中国东兴—芒街—下龙湾—河内，全长180公里。

（3）2号公路：中国河口—老街—安沛—河内，全长350公里。

（4）70号公路：中国麻栗坡—清水—河江—宣光—河内。

（5）3 号公路：中国龙邦—茶岭—高平—太原—河内。

3. 越南与我国边境口岸衔接的主要铁路有如下几条。

（1）中国广西凭祥—同登—谅山—河内。

（2）中国云南河口—老街—宣光—河内。

Bài thứ 12　　Gọi điện thoại
第十二课　　打电话

Kiểu câu thường dùng	**常用句型**

A lô! Ai đấy?

喂！谁啊？

A lô! Tôi nghe đây.

喂！（讲啊）我在听呢。

Anh đợi tôi một lát!

你稍等片刻！

Những câu cơ bản	**基本句型**

1. Xin hỏi, đây có phải là…không ạ?

   请问，这里是不是……？

   Xin hỏi, đây có phải là Công ty Hùng Cường không ạ?

   请问，这是不是雄强公司？

   Xin hỏi, đây có phải là số điện thoại của khách sạn Thắng Lợi không ạ?

   请问，这是不是胜利宾馆的电话？

   Xin hỏi, đây có phải là nhà giám đốc Bình không ạ?

   请问，这是不是阿平经理的家？

2. Thật không may… không ở …

   很不巧……不在……

   Thật không may, ông Minh không ở nhà.

很不巧，阿明先生不在家。

Thật không may, ông Trương không ở đây.

很不巧，张先生不在这里。

Thật không may, cô Huệ vừa mới đi.

很不巧，阿惠小姐刚出去。

Đàm thoại theo tình huống　情景对话

Hội thoại I　Ở cây điện thoại công cộng 1
会话 1　　　在公共电话亭 1

A：A lô, ai đấy ạ? Cho tôi xin gặp anh Sơn một chút.

甲：喂，谁啊？请帮我找一下阿山。

B：Đây là tổng đài công ty, anh đợi một tý, đừng cúp máy, chờ em chuyển giúp cho.

乙：这是公司总机，你等一下，不要挂机，我帮你转接。

A：Có số máy nào quay trực tiếp đến văn phòng anh Sơn không ạ?

甲：有哪个号码能直接拨到阿山的办公室吗？

B：Không. Anh gọi số máy tổng đài vừa rồi, khi nghe thấy tiếng "tu" một tiếng, rồi anh bấm số 2033 là được.

乙：没有。你拨刚才的总机，当听到"嘟"一声，再拨2033就行。

A：A lô! Anh Sơn có phải không?

甲：喂！阿山吗？

C：Vâng, tôi Sơn đây, ai gọi đấy?

丙：是的，我是阿山。哪位啊？

A：Tôi Lý Quang đây, anh còn nhớ tôi không?

甲：我是李光，你还记得我吗？

C：Lý Quang nào nhỉ?

丙：哪个李光？

A：Tôi Lý Quang bên Nam Ninh Trung Quốc đây mà.

甲：我是中国南宁的李光啊。

C：À nhớ ra rồi, anh đang ở đâu? Tôi cho xe đi đón anh nhé.

丙：哦，想起来了，你在哪儿？我派车去接你。

A：Tôi đang đứng ở cây điện thoại công cộng bến xe Kim Mã gọi điện thoại cho anh đấy.

甲：我正在金马汽车站的电话亭给你打电话。

C：Rồi, tôi đến ngay!

丙：好，我马上来！

Hội thoại II　Ở cây điện thoại công cộng 2
会话2　　　　在公共电话亭2

A：Xin hỏi, đây có sim điện thoại di động bán không?

甲：请问，这里有移动电话卡卖吗？

B：Không có. Chỉ có thẻ điện thoại thôi.

乙：没有，只有（固定）电话卡。

A：Tôi có thể gọi điện thoại quốc tế ở đây được không?

甲：我可以在这里打国际电话吗？

B：Chị gọi đi đâu?

乙：你打到哪儿？

A：Tôi gọi đường dài Quảng Châu Trung Quốc.

甲：我打长途到中国广州。

B：Chị nhớ bấm mã số nước, mã vùng rồi số điện thoại là được.

乙：你记住先拨国家代码，区号，然后打电话就可以了。

A：A lô, anh Bình ạ?

甲：喂，阿平吗？

C：A lô, tôi nghe đây! Anh Bình nào ạ? Chị bấm nhầm số rồi đấy.

丙：喂，我听着呢，哪个平？你打错号码了。

A：Ôi, xin lỗi anh.

甲：哦，对不起。

B：Chị đọc số điện thoại để tôi bấm cho.

乙：你读号码，让我来帮你拨。

A：Tôi gọi máy di động của anh ấy vậy.

甲：我打他的手机好了。

B：Nếu vậy, thì chị bấm mã nước, sau đó bấm số máy di động là được.

乙：如果这样，先拨国家代码，然后拨手机号。

Hội thoại III   Ở cây điện thoại công cộng 3
会话3   在公共电话亭3

A：A lô, anh Bình ạ?

甲：喂，阿平吗？

B：Vâng, tôi nghe đây.

乙：是的，我是阿平。

A：Em Thanh đây, anh có khỏe không ?

甲：我是阿清，你身体好吗？

B：Cảm ơn chị, tôi khỏe. Tôi đang định chiều nay trả lời thư chị, không ngờ chị lại điện cho tôi.

乙：谢谢，很好。我正想下午给你回信，没想到你先打电话给我。

A：Nội dung fax anh đã xem chưa?

甲：传真的内容你看了吗？

B：Xem rồi, đồng ý cả. Sau này chị dùng máy di động nhắn tin cho tôi nhanh hơn, lại tiết kiệm.

乙：看完了，我完全同意。以后你用手机发短信给我更快，又省钱。

A：Anh có địa chỉ điện tử không?

甲：你有电子信箱吗？

B：Có đấy, chị lấy bút ghi, tôi đọc cho.

乙：有，我念，你拿笔来抄。

A：Tôi chép xong rồi, cho tôi gửi lời hỏi thăm ông Vương tổng giám đốc nhé!

甲：抄好了，帮我向王总经理问好！

B：Vâng.

乙：好的。

▌▌ 词汇表 ▌▌

1. a lô 喂

2. cúp máy 挂机

3. chuyển giúp 转接

4. máy di động 手机

5. nhấc máy 拿电话

6. hòm thư/địa chỉ 信箱

7. gọi người 叫人

8. bến xe 车站

9. hỏi thăm 问候；问好

10. Kim Mã 金马（地名）

11. mã vùng 区号

12. bấm 拨；按

13. nhầm 错

14. tiết kiệm 省钱；节约

15. gửi lời 转告；问好

16. nhắn tin 发短信；告知

17. định 计划；打算；考虑

18. thẻ điện thoại 电话卡

19. xe máy 摩托车

20. cây điện thoại 电话亭

21. thẻ nạp tiền 充值卡

22. ưu đãi 优惠

23. giảm giá 减价　　24. văn phòng 办公室
25. trực tiếp 直接　　26. Quảng Châu 广州
27. bận 忙；占线　　28. may 巧；幸运；走运
29. mất tiền 丢钱　　30. đâm hỏng 撞坏
31. bị thương 受伤　　32. bán nhà 卖房子
33. học bài 学习　　34. trứng gà 鸡蛋
35. làm vỡ 打破

Hướng dẫn 注释

1. 副词đang的用法。

đang相当于汉语中"正在"的意思。在越南语中，有时"đang"与"đương"能通用。如：

Chúng em đang học bài.

我们正在学习。

Em đang trên đường đi.

我正在路上。

Chị em đang ăn cơm.

我的姐姐正在吃饭。

Ba em đương bận.

我爸爸正在忙。

2. may：形容词的用法。

may相当于汉语中的"巧、幸运、走运"。在使用过程中，không + may可译为"不巧、不幸、不走运、倒霉"，rất + may可译为"很巧、很幸运、很走运"。

Anh tìm anh Việt à? Thật không may anh ấy vừa mới ra ngoài.

你找阿越吗？很不巧他刚出去。

Anh rất may, vừa về đến nhà thì cơn mưa đổ ào xuống.

你很幸运了，刚回到家就下大雨。

Đi chợ mua một cân trứng gà, không may trên đường về làm vỡ 3 quả.

上菜市场买了1公斤鸡蛋，倒霉的是路上打破了3个。

Hai hôm nay đi phố đều bị mất tiền, tuần này không may chút nào.

这两天上街老丢钱，这周真倒霉。

Chị Lan rất may, ô tô đâm hỏng cả xe máy, mà người không bị thương chút nào.

阿兰很幸运了，她开的摩托车被汽车撞坏了，可人没受一点伤。

3. định + 动词的用法。

định相当于汉语中的"计划、打算、考虑"。如：

Ngày mai tôi định xem bóng đá.

明天我打算去看足球。

Tết năm nay anh định đi đâu chơi?

今年春节你计划到哪里玩？

Sang năm em định mua thêm chiếc xe máy.

明年我考虑再买辆摩托车。

Em đang định bán căn nhà này.

我正考虑卖这套房子。

补充词汇：

cước phí điện thoại	话费	đơn	单子
tạm thời	暂时	nghỉ ngơi	休息
căn dặn	吩咐	lời nhắn lại	留言
nhận/ đón	接	nhanh chóng	尽快

・ **177** ・

bất trắc	万一	đối phương	对方
người nhận trả tiền	对方付款	nối	接通
điện thoại khẩn	加急电话	số điện thoại	电话号码
đường dây điện thoại	电话线路	tính cước phí	计费
đường dây	路线	đài lẻ	分机
điện thoại viên	话务员；接线员	gọi điện thoại	打电话
đặt	搁/搁置	ống nghe	听筒
chuông điện thoại	电话铃	tra tìm	查询
tiền xu	硬币	chuyển	转

Tập nói 演练

根据给出的词组，选择正确的填在下列横线上。

to, nhỏ, hỏi thăm, thăm, cúp.

1. Hôm nay anh Hùng có gọi điện_____ anh.

2. Tôi đi gọi người cho anh đừng nên _____ máy xuống.

3. Tôi chẳng nghe rõ đâu, anh nói _____ lên.

4. Em nói_____thôi, người ngoài nghe hết rồi.

5. Lâu lắm rồi, hôm nay cháu mới đến _____ bác.

6. Sao mà càng nói càng_____vậy? Tôi chẳng nghe thấy gì cả.

7. Nghe tin anh Thực ốm, em đến nhà _____ anh Thực.

8. Nóng quá, anh bật quạt_____ vào.

9. Hai người nói chuyện tiếng _____như sấm.

10. Chưa được nói chuyện sao_____máy rồi?

Thực hành 实践

一、两人一组，用越南语模拟跟老师、同学、家人打电话的各种情景。

二、用汉语说出下列句子的意思。

1.Tôi muốn gọi một cuộc điện thoại.

2. Tôi phải kiểm tra lại số điện thoại.

3. Tôi là Nguyễn Hùng đây.

4. Gọi đến Trung Quốc, một phút bao nhiêu tiền?

5. Điện thoại nội thành chị không cần quay mã vùng.

6. Gọi điện thoại trong thành phố, một phút bao nhiêu tiền?

Thường thức 常识

1. 越南的国际电讯代码是：0084，中国的国际电讯代码是：0086。

2. 越南64个省份、直辖市的电讯区号见下表。

顺序	省　份　（市）	顺序	省　份　（市）
1	河内市　04（直辖）	33	庆和　058
2	胡志明市　08（直辖）	34	坚江　077
3	海防市　031（直辖）	35	昆嵩　060
4	岘港市　0511（直辖）	36	莱州　023
5	芹苴市　071（直辖）	37	隆安　072
6	安江　076	38	老街　020
7	巴地—头顿　064	39	林同　063
8	薄寮　0781	40	琼山　025
9	北江　0240	41	南定　0350
10	北泮　0281	42	义安　038
11	北宁　0241	43	宁平　030
12	槟椥　075	44	宁顺　068
13	平阳　0650	45	富寿　021
14	平定　056	46	富安　057
15	平福　0651	47	广平　052
16	平顺　062	48	广南　0510
17	高平　026	49	广义　055

续表

顺序	省　　份　（市）	顺序	省　　份　（市）
18	金瓯　0780	50	广宁　033
19	嘉莱　059	51	广治　053
20	和平　018	52	朔庄　079
21	河江　019	53	山罗　022
22	河南　0351	54	清化　037
23	河西　034	55	太平　036
24	河静　039	56	太原　0280
25	兴安　0321	57	承天—顺化　054
26	海阳　0320	58	前江　073
27	后江　071	59	茶荣　074
28	奠边　023	60	宣光　027
29	多乐　050	61	西宁　066
30	多侬　050	62	永隆　070
31	同奈　061	63	永福　0211
32	同塔　067	64	安沛　029

3．越南三大通信公司是：MOBIPHONE，VIETTEL MOBILE和VINAPHONE。

4．越南常用电话号码是：

110　登记打国际电话

113　警察

114　火警

115　医院急救

116　区内查询

117　查时间

119　修理电话

108或1080　解答社会、经济、文化咨询

Bài thứ 13   Ngân hàng
第十三课   银行

Đây có đổi tiền đô la Mỹ không?

这里兑换美元吗？

Có!

兑换。

Tỷ giá ngân hàng đồng đô la hôm nay là bao nhiêu?

今天的银行美元牌价是多少？

Là 16000 đồng.

1比16000盾。

Xin anh cho số tài khoản ngân hàng.

请给我你的银行账号。

Tôi không nhớ.

我忘了。

Những câu cơ bản 基本句型

1. Tại sao …

为什么 ……

Tại sao không thanh toán qua ngân hàng?

为什么不通过银行结算？

Tại sao không bật đèn cho sáng?

为什么不开灯让亮一点？

Tại sao không đi đường biển?

为什么不走海运？

Thanh toán bằng gì?

怎样结算？

Thanh toán tiền hàng một nửa bằng tiền mặt, một nửa bằng điện

chuyển tiền.

货款一半用现金结算，一半用电汇。

Thanh toán tiền hàng bằng đồng nhân dân tệ hơi hợp lý hơn.

货款用人民币结算较合理。

Thanh toán bằng thư tín dụng an toàn hơn.

货款用信用证结算更安全。

2. Xin anh xuất trình ...

请出示你的……

Xin anh xuất trình hộ chiếu.

请出示你的护照。

Xin anh xuất trình giấy chứng minh thư.

请出示你的身份证。

Xin anh xuất trình visa có hiệu lực.

请出示你的有效签证。

Đàm thoại theo tình huống 情景对话

Hội thoại I   Tại ngân hàng 1
会话1   在银行1

A : Thưa bà, bà có việc gì cần cháu giúp không ạ?

甲：老奶奶，有什么事需要我帮忙吗？

B : Tôi muốn hỏi khoản tiền từ nước ngoài gửi đã đến chưa?

乙：我想问一笔从国外汇来的钱到了没有？

A：Gửi vào ngân hàng nào?

甲：汇到什么银行？

B：Ngân hàng Công thương mà.

乙：工商银行。

A：Từ nước nào cơ?

甲：从哪个国家汇来？

B：Từ Trung Quốc.

乙：中国。

A：Bà cho biết tên người gửi và số tiền để cháu tra cho.

甲：你说说汇款人的姓名和金额数量让我查一下。

B：Hoàng Thị Thanh Nhàn, 5000 nhân dân tệ.

乙：黄氏清娴，5000元人民币。

A：Đến rồi đấy, bà muốn lấy đồng nhân dân tệ hay đồng tiền Việt Nam?

甲：到了，你要人民币还是越南盾？

B：Lấy tiền Việt thôi.

乙：要越盾。

A：Bà cho cháu xin giấy chứng minh thư.

甲：请给我看看你的身份证。

B：Bà chỉ mang sổ hộ khẩu thôi, còn chứng minh thư thì mất rồi.

乙：我只带了户口簿，我的身份证丢了。

A：Cũng được.

甲：那也可以。

B：Tỷ giá đổi như thế nào nhỉ?

乙：怎样兑换的？

A：Theo giá của Ngân hàng Trung Ương thông báo.

甲：根据中央银行通报的牌价。

B：Thế là đổi bao nhiêu?

乙：那是多少？

A：Một nhân dân tệ đổi được 3500 đồng tiền Việt.

甲：一元人民币可兑换3500越盾。

B：Sao thấp hơn ở ngoài chợ cơ à?

乙：为什么比黑市价还低啊？

A：Đúng. Nhưng đổi ở ngân hàng an toàn.

甲：是的。但在银行兑换安全。

B：Bà đổi hết, rồi gửi để vào ngân hàng ăn lãi có được không?

乙：我兑换完，存在银行吃利息可以吗？

A：Được cả, mà bà lúc nào muốn rút tiền cũng được.

甲：可以，你随时都可以取款。

Hội thoại II   Tán chuyện
会话 2   聊天

A：Chị Hoa ơi! Chị cầm nhiều tiền đi đường như vậy là không an toàn đâu.

甲：阿花姐，你拿那么多钱在路上很不安全。

B：Biết sao được, buôn bán biên giới là như vậy.

乙：没办法，边界买卖就这样。

A：Sao chị không gửi qua ngân hàng để thanh toán?

甲：为什么你不通过银行来结算？

B：Người ta thanh toán thư tín dụng bằng đồng đô la mới qua ngân hàng.

乙：人家用美金以信用证结算才通过银行。

A：Hiện giờ buôn bán biên mậu cũng có thể thanh toán qua ngân hàng 2 nước được mà.

甲：现在边贸买卖也可以通过两国银行来结算。

B ： Thủ tục có phiền lắm không?

乙：手续麻烦吗？

A ： Chỉ cần giấy chứng minh thư hay hộ chiếu đến ngân hàng ở Móng Cái hay Đông Hưng mở một tài khoản là được.

甲：只需要身份证或护照到芒街或东兴的银行开个账户就行了。

B ： Sổ tiết kiệm có được không?

乙：存折可以吗？

A ： Phải là tài khoản thanh toán mới được.

甲：要有结算账号才行。

B ： Lệ phí thế nào?

乙：费用如何？

A ： Không cao đâu, nghe nói là 1, 2% thôi.

甲：不高，听说是1.2%而已。

B ： Còn tỷ giá thì tính như thế nào?

乙：那么兑换牌价怎样算？

A ： Tính theo giá thị trường hàng ngày.

甲：按照每天的市场价计算。

B ： Lãi suất thì tính sao?

乙：利率怎样计算？

A ： Cụ thể thì chị đến ngân hàng mà hỏi.

甲：具体你去银行问问。

Hội thoại III   Tại ngân hàng 2
会话3   在银行2

A：Chị nhân viên ngân hàng ơi! Hiện còn trái phiếu bán không?

甲：营业员，现在还有债券卖吗？

B：Chị mua trái phiếu kỳ hạn mấy năm?

乙：你买几年期的债券？

A：Tôi muốn mua loại một năm.

甲：我买一年期的。

B：Loại một năm bán hết rồi.

乙：一年期的已卖完。

……

A：Chị cho tôi rút 2 triệu đồng.

甲：给我取200万盾。

B：Mời chị dùng thẻ ngân hàng rút từ máy ATM.

乙：请你用银行卡到柜员机去取。

A：Máy của ngân hàng toàn là tiền chẵn thôi, tôi muốn lấy mỗi loại vài trăm nghìn tiền lẻ.

甲：柜员机都是大票的，我要取几十万各种币值的零钱。

B：Mời chị đưa thẻ lại đây.

乙：请拿卡来。

A：Tôi muốn hỏi thêm, ngân hàng có nhận mở hối phiếu không?

甲：我顺便问一下，银行可以开汇票吗？

B：Có.

乙：可以。

A：Xin hỏi đây có đổi ngoại tệ không?

甲：请问，这里可兑换外币吗？

B：Có! Nhưng chỉ đổi đồng đô la Mỹ và nhân dân tệ thôi.

乙：可以，但只兑换美金和人民币。

词汇表

1. ngân hàng 银行

2. đổi tiền 兑换

3. tài khoản 账号

4. sổ tiết kiệm 存折

5. thanh toán 结算

6. lệ phí 手续费

7. bật đèn 开灯

8. nghe nói 听说

9. đường biển 海运；海路

10. lãi suất 利率

11. hợp lý 合理

12. thị trường 市场

13. một nửa 一半

14. trái phiếu 债券

15. thư tín dụng 信用证

16. kỳ hạn 期限

17. điện chuyển tiền（英文缩写T/T）电汇

18. tỷ giá ngân hàng 银行牌价；兑换率

19. tính toán 计算

20. hộ chiếu 护照

21. xuất trình 出示；呈上

22. thẻ ngân hàng 银行卡

23. giấy chứng minh thư 身份证

24. rút 取；抽取

25. visa 签证

26. máy ATM 柜员机

27. có hiệu lực 有效

28. chẵn 整数

29. cầm 拿

30. ngoài chợ 黑市

31. hội chợ thương mại 交易会

32. buôn bán 买卖

33. biên giới 边界；边境

34. túi 袋子

35. biên mậu 边贸

36. thủ tục 手续

37. tiền lẻ 零钱

38. đồng đô la Mỹ 美金

39. Inox 不锈钢

40. con dao 小刀

41. cao su 橡胶

42. tiểu ngạch 小额贸易

43. chính ngạch 国贸；正贸

44. thuốc lá　香烟　　　　　45. hối phiếu　汇票

46. séc　支票　　　　　　　47. sổ hộ khẩu　户口簿

48. ăn lãi　吃利息

Hướng dẫn　注释

1. buôn bán biên giới 和 **mua bán biên mậu** 这两个词组都是指边境贸易。

中越边境贸易是指中越两国边民在两国政府批准的范围内，从事的小额经贸活动。地点通常是边界口岸附近的互市点，如老街与河口，芒街与东兴，同登的新青与凭祥的浦寨等。越南人常说的 buôn bán tiểu ngạch（小额贸易）也是属于边境贸易这一类。边贸常用语如下。

Tôi đi hàng tiểu ngạch.

我的货走边贸。

Tôi đi hàng chính ngạch.

我的货走正贸。

Thanh toán biên mậu bằng đồng nhân dân tệ.

边贸用人民币结算。

Buôn cao su qua cửa khẩu biên giới.

贩卖橡胶通过边界口岸。

2. 动词 + bằng 的用法。

bằng 相当于汉语中的"用、以"。

Viết bằng cái gì?

用什么来写？

Túi này làm bằng gì?

这个袋子用什么做的？

Con dao này làm bằng inox.

这把小刀用不锈钢做的。

Tôi hứa miệng với anh.

我以口头的方式答应你。

3. nghe nói的用法。

nghe nói相当于汉语的"听说、据说、听别人讲"。

Nghe nói ngày mai có trái phiếu bán.

听说明天有债券卖。

Nghe nói hôm nay chị mua rất nhiều đồ.

听说你今天买了不少东西。

Nghe nói, hôm nay có hội chợ thương mại ở Đông Hưng, không biết có phải không?

据说，在东兴今天有贸易展览会，是吗？

Nghe nói, đồng đô la Mỹ lại lên giá.

据说，美金又涨价了。

4. rút +名词的用法。

rút相当于汉语的"取、取出、抽、抽出、吸取、撤退"。越南人到银行取钱常讲 "rút"而不讲"lấy"。

Rút tiền từ trong túi.

从口袋里掏钱。

Rút tiền từ sổ tiết kiệm.

从存折里取钱。

Rút kinh nghiệm.

吸取经验。

Chúng ta rút quân.

我们撤军。

Rút điếu thuốc lá từ trong bao thuốc ra.

从烟盒里抽出根烟。

补充词汇：

gửi tiền	汇钱	rút tiền	取钱	báo mất	报失；挂失
thẻ tín dụng	信用卡	loại không kỳ hạn	活期		
loại có kỳ hạn	定期	bấm lại	重按	séc	支票
nhân dân tệ	人民币	tỉ giá lên	升值	tỉ giá xuống	贬值
ngân phiếu du lịch	旅行支票				

máy rút tiền tự động (ATM)　自动取款机

tiền dư	余款	thẻ ngân hàng	银行卡
ký tên	签名	giấy bạc lớn	大票子
tỉ giá đóng cửa	收盘牌价	kỳ hạn	期限
bảng Anh	英镑	phiếu gửi tiết kiệm	存款单
nghỉ làm việc	休息	bắt đầu làm việc	开始上班
tấm biểu	表格	tỉ giá hối đoái	外汇牌价
một tập tiền lẻ	一沓零钱	ví (đựng) tiền	钱包

hầu bao	荷包	túi tiền	钱包	đồng yên Nhật	日元
đồng rúp Nga	俄国卢布				

tiền thưởng	奖金	tiền hoa hồng	佣金
tiền hàng	货款	tiền công	工钱
tiền mặt	现金	phạt tiền	罚款

▌▌ Tập nói　演练 ▌▌

根据下列给出的词组，选择正确的填在下列横线上。

làm, mua, bảng Anh, vốn, lãi, CNY, EUR, thương mại, quản lý hành chính, có thu, không thu, rút.

1. Hôm nay em đi chợ _____ rau.

2. Ở máy ATM không _____ được tiền lẻ.

3. Đồng tiền có giá trị cao nhất hiện nay là _____.

4. Mục đích gửi tiền vào ngân hàng là để thu _____.

5. Buôn bán biên giới thanh toán bằng _____ tiện nhất.

6. Ngân hàng nhà nước Việt Nam là ngân hàng _____.

7. Chuyển tiền ra nước ngoài ngân hàng _____ lệ phí.

8. Nhận tiền ở nước ngoài gửi ngân hàng _____ lệ phí.

9. Em đi vay _____ ngân hàng để mua nhà.

10. Anh vừa _____ mất tờ giấy chứng minh thư.

Thực hành 实践

一、分组模拟在银行办理各种业务的情景，并用越南语表达。

二、会话练习。

1. A. Chủ nhật mình đi ngân hàng.

   B. Đi ngân hàng gửi tiền à?

   A. Không. Đi rút tiền.

   B. Ta cùng đi nhé.

2. A. Ngân hàng cách đây có xa không?

   B. Không xa lắm. Bạn muốn đi ngân hàng nào?

   A. Đưa mình đến ngân hàng Công thương vậy.

   B. Mời lên xe.

3. A. Chị ơi. Đây có dịch vụ đổi tiền không?

   B. Có. Chị muốn đổi tiền gì?

   A. Em muốn đổi tiền Nhân dân tệ ra tiền Việt Nam.

   B. Chị đổi bao nhiêu?

   A. Tỷ giá đổi bao nhiêu?

   B. Hôm nay một Nhân dân tệ ăn 2018 đồng tiền Việt.

Thường thức 常识

1. 越南目前使用的货币名称叫盾 (đồng)，其纸币面值分别是：100、200、500、1000、2000、5000、10000、20000、50000、100000、200000、500000；其硬币面值分别是：200、500、1000、2000、5000。

2. 越南公民携带外币出境的规定：越南公民可携带7000美金出境不需要申报。

3. 中国人在越南可以使用银联卡。

中国银联是中国银行卡联合组织通过银联跨行交易清算系统，实现商业银行系统间的互联互通和资源共享，保证银行卡跨行、跨地区和跨境的使用。中国银联已与境内外数百家机构展开广泛合作，银联网络遍布中国城乡，并已延伸至亚洲、欧洲、美洲、大洋洲、非洲等境外150多个国家和地区。

目前中国银联已经跟越南多家银行开展业务，在越南发行、使用银联卡。中国人在越南经商、旅游、投资等，不必带大量的现金出入境，只要携带银联卡，就可以在越南主要城市消费。持卡人不仅可以在有银联标志的ATM自动取款机、商户POS刷卡终端等使用银行卡，还可以通过互联网、手机、固定电话、自助终端、智能电视终端等各类新兴渠道实现缴费、机票和酒店预订、转账等多种支付。

银联卡在越南消费按当天人民币对越盾汇率自动兑换成越币，每次取款额有一定限制，具体按各银行规定操作。

4. 越南的商业银行有：

（1）越南外贸银行。

（2）越南工商银行。

（3）越南农业与农村发展银行。

（4）越南技商股份商业银行。

（5）越南航海股份银行。

（6）越亚股份贸易银行。

（7）南方银行。

（8）南方股份商业银行。

（9）亚洲银行。

（10）亚洲股份贸易银行。

（11）商信西贡银行。

（12）西贡股份商业银行。

（13）印尼银行。

（14）东方TMCP银行。

Gia đình

第十四课   家庭

Gia đình anh có bao nhiêu/mấy người?

你家里有多少人?

Ông năm nay bao nhiêu tuổi?

老伯（你）今年多大年纪?

Mẹ anh có khỏe không?

你母亲身体好吗?

Những câu cơ bản 基本句型

1. ...làm gì?

......是干什么（工作）的?

Bố mẹ của anh làm gì?

你爸妈是干什么的?

Bố mẹ tôi là công nhân.

我爸妈是工人。

Em trai của chị làm gì?

你的弟弟是干什么的?

Em trai chị là lái xe.

我弟弟是司机。

Bác của chị làm gì?

你伯父（伯母）是干什么的?

Bác ấy là cán bộ về hưu.

他（她）是退休干部。

2. Người ... là ai?

……是谁？

Người kia là ai?

那个人是谁？

Người kia là bố cháu.

那是我父亲。

Người này là ai?

这个人是谁？

Người này là mẹ cháu.

这是我母亲。

Người đứng bên kia là ai?

站在那边的人是谁？

Người đứng bên kia là anh trai cháu.

站在那边的人是我哥哥。

3. Đây là cái gì?

这是什么？

Đây là cái bút chì.

这是支铅笔。

Kia là những gì?

那些是什么？

Kia là quả chôm chôm.

那些是红毛丹果。

Còn đây là cái gì?

还有这是什么？

Đây là tấm ảnh.

这是张相片。

Đàm thoại theo tình huống　情景对话

Hội thoại I　Tán chuyện về gia đình
会话1　　　聊家庭情况

A：Nhà anh có rộng không? Có mấy phòng?

甲：你家大吗？有多少个房间？

B：140㎡ có sáu phòng: Ba phòng ngủ, một phòng khách, một phòng ăn, một phòng đọc sách.

乙：有140平方米，有六个房：三间卧室，一间客厅，一间餐厅，一间书房。

A：Có mấy phòng vệ sinh?

甲：有几个卫生间？

B：Có hai phòng vệ sinh.

乙：有两个卫生间。

A：Có mấy ban công?

甲：有几个阳台？

B：Có hai ban công, một trước một sau.

乙：有两个阳台，一前一后。

A：Rộng như thế này ở sao hết được?

甲：那么大哪里住得完？

B：Gia đình bây giờ có 6 người.

乙：家里现在有六个人。

A：Mới đẻ thêm hai nữa à?

甲：刚多生了两个啊？

B：Đâu, ông bà ngoại từ quê ra ở cùng.

乙：不，外公外婆从老家出来一起住。

A：Cháu Nga năm nay học lớp mấy rồi?

甲：阿娥今年上几年级了？

B：Năm nay chuẩn bị thi đại học.

乙：今年准备考大学。

A：Nhanh nhỉ, trong nháy mắt lại hai mươi tuổi rồi.

甲：真快，转眼20岁了。

B：Cu nhà em năm nay học lớp mấy?

乙：你家的儿子今年上几年级？

A：Nó mới học lớp 6.

甲：他才上六年级。

B：Học hành thế nào?

乙：学习怎样？

A：Nghịch lắm, có học được đâu.

甲：太调皮了，学习不行。

B：Con trai đứa nào mà chẳng nghịch?

乙：男孩子有哪个不调皮的？

A：Tuần nào cũng phải đi họp phụ huynh, tức lắm.

甲：每周都得去开家长会，很气人。

Hội thoại II　Ở nhà bạn
会话2　　　　在朋友家

A：Tết năm nay Hùng có về quê ăn tết không?

甲：阿雄今年春节回老家过年吗？

B：Có chứ, ba năm không về thăm ông nội bà nội và bố mẹ rồi.

乙：回去，我三年没有回去看爷爷奶奶和父母了。

A：Nhà Hùng có bao nhiêu người?

甲：阿雄你家里有多少人？

B：Nhà đông người lắm.

乙：我家人很多。

A：Hiện giờ ở quê còn ai?

甲：现在在老家还有谁？

B：Chỉ còn ông nội bà nội và bố mẹ thôi, còn các anh chị đều ra ăn riêng rồi.

乙：只有爷爷奶奶和父母，其他哥哥姐姐都搬出去住了。

A：Ông nội bà nội đã đến 80 chưa?

甲：爷爷奶奶今年有80岁了没有？

B：Hơn 80 rồi, nhưng vẫn khỏe, vẫn lên rừng xuống biển được. Hùng cho xem ảnh chụp gia đình nhé.

乙：80多了，但很健康，照样可以上山下海。我给你看全家照吧。

A：Trong ảnh 2 người tóc bạc ngồi giữa, tớ đoán thế nào cũng là ông nội bà nội rồi. Còn người ngồi bên cạnh ông nội bà nội là bố mẹ Hùng đúng không?

甲：相片里坐在中间的两个白发老人，我想一定是你的爷爷奶奶。还有坐在你爷爷奶奶旁边的是你的父母亲，对吗？

B：Đúng.

乙：是的。

A：Hùng giới thiệu cho tớ biết mọi người trong gia đình Hùng xem nào?

甲：你给我介绍全家人好吗？

B：Người đứng bên cạnh bố Hùng là anh cả, tiếp nữa là chị Hùng.

乙：站在我父亲旁边的是我大哥，接下来是我姐姐。

A：Chân anh cả làm sao vậy?

甲：你大哥脚怎么了？

B：Anh cả là thương binh chống Mỹ, còn chị Hùng là kế toán một công ty liên doanh.

乙：我大哥是抗美伤残军人，而我姐姐是一家联营公司的会计员。

A：Còn người đứng bên cạnh mẹ Hùng là ai?

甲：站在你母亲身边的人是谁？

B：Là anh hai, nay là quân nhân chuyên nghiệp, người đứng cạnh là vợ anh hai.

乙：是我二哥，现在是专业军人，在他身边的是他的爱人。

A：Vợ anh hai làm gì?

甲：你二哥的爱人是干什么的？

B：Chị dâu là giáo viên.

乙：我嫂子是老师。

A：Đứa con gái đứng trước mặt Hùng là con ai?

甲：站在你前面的那个小女孩是谁的女儿？

B：Con của chị.

乙：我姐姐的孩子。

A：Nhìn nó kháu khỉnh nhỉ.

甲：看她真可爱。

B：Năm nay mới 5 tuổi. Mỗi lần Hùng về nhà, đứa cháu gái đòi bằng được bố mẹ nó phải đến nhà ông bà ngoại chơi, rồi bắt cậu hái táo cho ăn.

乙：她今年才5岁，我每次回家，她都吵着要她父母一定要去外公外婆家玩，硬要我摘青枣给她吃。

A：Hay nhỉ! Ở nhà tớ là con một, chẳng ai đòi mình cho cái gì.

甲：真有趣！在家里我是独子，没有人向我索要东西。

B：Hùng nghĩ gia đình đông người, muốn cũng không có mà cho.

乙：我想人多的家庭，想要也没有得给。

A：Cháu để nhà ai coi? Bố mẹ Hùng à?

甲：你外甥女在家由谁照看？你的父母？

B：Không phải. Trẻ con bây giờ có điều kiện tốt hơn mình nhiều. Nhà chị Hùng trên huyện, nên cháu cho đi nhà trẻ.

乙：不。现在的小孩比我们好多了。我姐姐家在县城里，所以外甥女在幼儿园。

A：Người đứng sau bố Hùng là ai?

甲：站在你父亲后面的人是谁？

B：Đó là chú, người bên cạnh chú là thím.

乙：那是我叔叔，我叔叔身边的是我婶。

A：Người phụ nữ mặc chiếc áo hoa kẻ đó là ai?

甲：穿花格衣服的女人是谁？

B：Là dì út, hiện đang là giám đốc một khách sạn trên tỉnh.

乙：是我的小姨，现在是省城里一个宾馆的经理。

A：Ngày tết mọi người về đoàn tụ cả chứ?

甲：春节大家都回来团聚是吗？

B：Nếu về hết thì khi ăn cơm phải bầy 3 mâm.

乙：如果都回来，吃饭时要开三桌。

A：Vậy thì vui nhỉ!

甲：那样真热闹啊！

词汇表

1. gia đình 家庭
2. công nhân 工人
3. về hưu 退休
4. cán bộ 干部
5. bút chì 铅笔
6. chôm chôm 红毛丹（水果）
7. quê 老家；籍贯
8. biển 海
9. bên cạnh 旁边；身边
10. ăn riêng 分家；分出来吃
11. đông người 多人
12. tớ 我
13. tóc 头发
14. bạc 银；白
15. thương binh 残疾军人；伤兵

16. liên doanh　联营
17. quân nhân　军人
18. chuyên nghiệp　专业
19. vợ　爱人；老婆
20. chân　脚
21. chị dâu　嫂子
22. kháu khỉnh　可爱
23. đòi　要；索要
24. hái　摘
25. táo　青枣
26. cậu　舅舅
27. con một　独子
28. coi　看；看守
29. nhà trẻ　幼儿园
30. đứng sau　站在后面
31. thím　婶婶
32. mặc　穿
33. hoa kẻ　花格子
34. dì　姨；小姨
35. út　老幺
36. tỉnh　省；省城
37. huyện　县
38. kế toán　会计
39. đoàn tụ　团聚
40. mâm　桌；台
41. vui　高兴
42. máy bay　飞机
43. tàu hỏa　火车
44. mợ　舅母；妈妈
45. phòng　间；房
46. học　学习
47. ban công　阳台
48. thêm　增加；增多
49. thi　考试
50. nháy mắt　眨眼；眨眼间
51. cu　儿子；小孩
52. nghịch　调皮
53. phụ huynh　家长
54. tức　生气

▌Hướng dẫn　注释▌

1. 动词lái的用法。

相当于汉语的"驾驶、掌舵"。常用在某种交通工具之前，有驾驶某种交通工具之意。

Lái ô tô.

开汽车。

Bố em là phi công lái máy bay.

我爸爸是飞行员。

Chú em là công nhân lái tàu hỏa.

我叔叔是火车司机。

Người lái xe máy.

摩托车司机。

注意：

Người lái xe máy 在越南现多叫 lái xe ôm，我们可译为"摩的司机"。

2.名词 quê 的用法。

相当于汉语的"家乡、老家、籍贯"。语境不同可理解为"乡巴佬、农民"。

Dân quê tôi ai cũng giỏi nuôi cá.

我老家的人个个都是养鱼能手。

Ăn mặc như dân quê.

穿着像个乡巴佬。

Mình tuy là dân quê, nhưng học hành không kém gì dân phố.

我虽然是农民出身，但学习不比城里人差。

Quê anh ở tỉnh nào?

你籍贯是哪个省的？

3. 形容词 riêng 的用法。

相当于汉语的"自己的、个别的、私自的"。

Thành lập gia đình phải ăn riêng.

成家后要分出来吃。

Đó là việc riêng của em.

这是我个人的事情。

Làm riêng.

自己干。

4. 形容词 kháu 的用法。

相当于汉语的"可爱、伶俐、聪明"，常用来对小孩子表示赞许。kháu khỉnh 是 kháu 的双音节词。

Đứa trẻ trông rất kháu khỉnh.

这小孩看起来很可爱。

Con nhà ai nhỉ? Trông nó kháu khỉnh quá.

谁家的小孩？看他多可爱啊。

5. 动词coi, trông**与** xem**的用法区别**。

这三个词都含有汉语中的"看、望、看守、看望、看护"的意思。但coi, trông的对象多是人，同时也可以是物，而xem的对象多是物，含有"看、瞧"的意思。

Cháu để ở nhà ai coi?

小孩放在家谁照看？

Bà ốm, cháu đi thăm bà.

婆婆病了，我去看她。

Trông hộ tôi đứa trẻ.

帮我看一下小孩。

Coi hộ cho mợ cái túi.

帮舅妈看这袋子。

Em đi công tác nhờ chị trông nhà hộ em.

我出差，请姐姐帮看一下房子。

Tối nay chúng mình đi xem phim.

今晚我们去看电影。

Chúng ta đi xem triển lãm.

我们去看展览。

补充词汇：

láng giềng　邻居	họ hàng　亲戚	người thân　亲人
thăm thân　探亲	họ hàng xa　远亲	cụ bà　老奶奶
cụ ông　老爷爷		sức yếu　体弱
em ruột　亲弟弟（妹妹）		chị ruột　亲姐姐
ông chú　叔叔（叔公）		cô bác　大姑（姑婆）
bạn cũ　老朋友	người quen　熟人	bạn mới quen　新朋友
nhận biết　认识	cùng nghề　同行	đồng nghiệp　同行；同事
đồng niên　同年	ông nhạc　岳父	thông gia　亲家
mẹ vợ　岳母		bố chồng　公公
em chồng　小叔（小姑）		em gái vợ　小姨
ông tổ　祖宗		cháu trai　侄子
cháu chắt　后裔		cháu gái　侄女

Tập nói 演练

根据给出的词组，选择正确的填在下列横线上。

bố, mẹ, ông nội, bà ngoại, chị, chú, thím, cháu, anh, em, cậu, mợ, dì, chị dâu.

1. Gia đình em có 3 người, bố, mẹ và _____.

2. Con của cậu, tôi gọi là_____.

3. Vợ chú Hai, em gọi là_____.

4. Người mà em gọi mợ, là vợ của_____.

5. Người em gái của mẹ, em gọi là_____.

6. Người sinh ra bố em gọi là _____.

7. Con của anh trai, gọi em là_____.

8. Vợ anh trai, em gọi là_____.

9. Người đẻ ra mẹ em, em gọi là_____.

Thực hành 实践

一、分组用越南语聊学校学习、生活环境，家庭人口、职业、住房等情况。

二、用汉语将下列句子的意思表达出来。

1. Tết năm nay mời bạn đến quê tôi chơi.

2. Quê em ngay bên cạnh quê anh.

3. Người lái xe khách kia là chú em.

4. Ông cụ đẻ mỗi mình tôi.

5. Thím út cháu là cán bộ phòng thương mại của tỉnh.

6. Anh đi xe ôm hay đi xe taxi?

7. Ở nhà em bà nội thương em nhất.

8. Cô em nhỏ hơn bố em 5 tuổi.

9. Bạn Linh lớn hơn bạn Huệ 2 tuổi.

10. Hai mẹ con trông như hai chị em.

Thường thức　常识

在越南，同一个家族中的等级很分明，兄长的地位最尊，而兄长的儿子也享有同等的地位。例如：弟弟的儿子年龄即使已50岁，但仍然要称刚满周岁的哥哥的儿子为anh（哥哥）。辈分低的人的后代永远要称呼辈分高者的后代为"兄"或"姐姐"。

越南语没有"表哥、表姐、表弟、表妹"的专用词，这样的称谓，通常都直接用anh（chị），em。若想表明"堂表兄姐妹"，要在称呼后加"họ"，并讲明"根源"是哪一边的。例如：

Anh họ bên mẹ.

我大姨的儿子。

Em gái bên cô.

我姑姑的女儿。

Anh trai bên cậu.

我小舅的儿子。

越南也实行计划生育，但越南政府的政策不是强制，而是鼓励每对夫妇只生两个孩子。

越南的军官军衔级别有：大将、上将、中将、少将、大校、上校、中校、少校、大尉、上尉、中尉、少尉、准尉、士官、下士官。

Bài thứ 15　　Thời tiết
第十五课　　天气

Nhiệt độ hôm nay rất cao.

今天的温度很高。

Thời tiết ngày mai có lẽ mát hơn.

明天天气可能凉快。

Ngày mai trời đẹp.

明天是好天气。　　　　　　○

1. Thời tiết... thế nào?

……天气如何？

Thời tiết hôm nay thế nào?

今天的天气如何？

Hôm nay trời nắng.

今天晴天。

Thời tiết ngày kia ra sao?

后天的天气如何？

Ngày kia khả năng có tuyết nhiều.

后天可能下大雪。

2. ...bao nhiêu độ?

……温度多少？

Hôm nay nhiệt độ bao nhiêu độ?

今天的温度是多少度？

Hôm nay nhiệt độ 32 độ.

今天32度。

Ngày mai nhiệt độ bao nhiêu độ?

明天的温度是多少度？

Ngày mai nhiệt độ cao nhất là 37 độ.

明天最高温度37度。

Ngày kia nhiệt độ bao nhiêu độ?

后天的温度是多少度？

Ngày kia nhiệt độ hạ đến 6 độ.

后天温度降到6度。

3. Mùa...có bão không?

……季节有台风吗？

Mùa này có bão không?

这个季节有台风吗？

Không có.

没有。

Mùa xuân ở đây có bão không?

这里春季有台风吗？

Có.

有。

Mùa nào có bão?

哪个季节有台风？

Thường là vào mùa hè có bão.

通常在夏季。

4. Không biết thời tiết...thế nào?

不知道……天气怎样？

Không biết thời tiết hôm nay thế nào?

不知道今天的天气怎么样？

Nghe nói hôm nay trời ít mưa.

听说今天有点小雨。

Không biết thời tiết ngày mai thế nào?

不知道明天的天气怎么样？

Ngày mai có bão tuyết.

明天有暴风雪。

Không biết thời tiết tuần tới thế nào?

不知道下周天气怎么样？

Khả năng trời nắng như vậy.

可能一样是晴天。

Đàm thoại theo tình huống **情景对话**

Hội thoại I   Tán chuyện về thời tiết
会话1   聊天气

A : Ông Phát này, ông thấy khí hậu ở Hà Nội so với Nam Ninh thì thế
      nào?

甲：发先生，你看河内的气候与南宁比较怎样？

B : Tôi cảm giác gần giống nhau.

乙：我觉得差不多。

A : Mùa hè ở Nam Ninh nhiệt độ cao nhất là bao nhiêu độ?

甲：夏天南宁的最高气温多少度？

B : Ở Nam Ninh cao nhất là 39℃.

乙：南宁的气温最高是39℃。

A : Lạnh nhất là bao nhiêu độ?

甲：最冷是多少度？

B：Mùa đông lạnh nhất là 2℃.

乙：冬天最冷是2℃。

A：Ở Hà Nội nhiệt độ cao nhất lên đến 40℃, lạnh nhất là 6℃.

甲：河内最高气温是40℃，最冷是6℃。

B：Anh có nhìn thấy tuyết rơi bao giờ chưa?

乙：你见过下雪没有？

A：Có. Thời học ở Liên Xô cũ.

甲：见过。在苏联学习时期。

B：Ở Việt Nam có tuyết rơi không?

乙：越南下雪吗？

A：Có. Ở Sa Pa mùa đông có tuyết.

甲：下。冬天在沙巴有下。

Hội thoại II　Xem ti vi
会话2　　　看电视

A：Con ơi! Khi hết thời sự thì xem hộ mẹ dự báo thời tiết nhé.

甲：儿子！新闻完后，记得帮妈妈看天气预报啊。

B：Sao mẹ hay để ý đến thời tiết thế?

乙：妈妈，你为什么那么注意天气啊？

A：Người dân chài, biết được thời tiết để ra khơi đánh cá.

甲：做渔民的，知道天气好出海打鱼。

B：Con nghĩ, thời tiết ngày mai cũng như hôm nay thôi. Nắng to, trời không mây, gió đông nam cấp 2 ~ 4, tầm nhìn xa trên 10 km, trời về tối có sương mù.

乙：我想，明天的天气也像今天一样，大晴天，没有云，东南风2~4级，能见度10公里，到傍晚有雾。

A：Con cứ xem kỹ cho mẹ, về mùa hè không như mùa đông, thời tiết thay đổi liên tục, lúc mưa, lúc nắng, lúc râm, lúc mưa rào, chưa chắc ngày mai đẹp như hôm nay.

甲：你帮妈妈看清楚，夏天不像冬天，天气变化大，时雨，时晴，时阴天，时阵雨，不一定像今天这样好天气。

Hội thoại III   Xem dự báo thời tiết
会话 3   看天气预报

A：Mẹ ơi! Đài vừa báo rồi, ngày mai bố con không đi biển được rồi.

甲：妈妈！电视台刚报天气了，明天我爸爸不能出海了。

B：Nói cho mẹ nghe đi.

乙：讲给妈妈听听。

A：Chịu sự ảnh hưởng của áp thấp nhiệt đới, cơn bão số 7 từ ngoài khơi vịnh Bắc bộ sẽ tiến vào khu vực tỉnh mình, ngoài khơi biển động mạnh, có dông, nhiệt độ từ 27～32 độ, sóng lớn.

甲：受热带低气压的影响，第七号台风将从北部湾登陆我省范围，外海有海啸，有暴风雨，浪大，气温27到32度。

B：Đấy, con xem thời tiết mùa hè là như vậy đấy.

乙：你瞧，夏天的天气就这样。

A：Nghe mẹ nói vậy, dường như mẹ không ưa thích mùa hè à?

甲：听妈妈这样说，好像你不喜欢夏天对吗？

B：Mẹ chỉ thích mùa thu, vì mùa thu ít bão hơn, ba con đi biển nhiều.

乙：妈妈只喜欢秋天，因为秋天台风少，你爸爸出海多。

A：Con chỉ thích mùa hè, không thích mùa đông, mùa đông quá lạnh, đi đâu cũng phải mặc nhiều áo, còn mùa xuân thì ngày nào cũng mưa phùn con chẳng thích.

甲：我只喜欢夏天，不喜欢冬天，冬天冷，去哪里都要穿很多衣服，而春天天天都是蒙蒙细雨，我也不喜欢。

B：Một năm 4 mùa đó là qui luật, thích hay không thích cũng chẳng làm

　　sao được.

乙：一年四季，这是规律，喜欢或不喜欢都没办法。

词汇表

1. thời tiết　天气
2. nhiệt độ　温度
3. có lẽ　可能
4. nghe nói　听说
5. ra sao　怎样
6. độ　度
7. trời đẹp　天气好
8. đông nam　东南
9. tuyết　雪
10. hạ　降
11. mát　凉快
12. trời nắng　晴天；有太阳
13. trời mưa　雨天
14. khả năng　可能
15. bão　风暴；台风
16. thời sự　时事；新闻
17. dự báo　预报
18. để ý　注意；留意
19. dân chài　渔民
20. ra khơi　出海；起航
21. đánh cá　打鱼
22. mây　云
23. gió　风
24. cấp　级
25. thay đổi　变化
26. tầm nhìn　能见度
27. sương mù　雾；霜雾
28. xem kỹ　看清楚；看详细
29. liên tục　连续；不断
30. râm　阴天
31. lúc　时；有时
32. chưa chắc　不一定
33. mưa rào　阵雨
34. chịu　受
35. đài　电视台；电台
36. ngoài khơi　外海
37. áp thấp　低气压
38. vịnh　湾；海湾
39. đổ bộ　登陆
40. biển động　海啸
41. dông　暴风雨
42. sóng　海浪
43. dường như　像；好像
44. ưa thích　喜欢；兴趣
45. lạnh　冷
46. mưa phùn　蒙蒙细雨
47. qui luật　规律
48. thuyền　船
49. xanh tốt　茂盛
50. cây cối　树木
51. bờ　岸；海岸
52. bách hóa　百货

53. đại lầu   大楼
54. ấm   暖和
55. Liên Xô   苏联
56. cũ   旧；前
57. du lịch   旅游
58. Sa Pa   沙巴（地名）

Hướng dẫn   注释

1. có lẽ, khả năng 的用法。

这两个词相当于汉语的"可能、也许"。使用过程中应注意 khả năng 还有另一种含义，即"能力"。辨别的方法是：如果在 khả năng 的前面出现副词 hết 或 rất 的话，就是"能力"，否则是"可能"。

Mưa có lẽ không đi được.

下雨可能去不了。

Mưa khả năng không đi được.

下雨可能去不了。

Anh nói vậy có lẽ ai cũng tin.

你这样说也许谁都会相信。

Chị nói vậy khả năng ai cũng tin.

你这样说也许谁都会相信。

Anh này rất có khả năng.

他很有能力。

Tôi làm hết khả năng của mình.

我已尽我的能力。

2. 越南语"昨天、今天、明天、后天、上个月、本月、下月、去年、今年、明年、后年"的表述方法。

日期的表述。

hôm qua, hôm trước 昨天

hôm kia 前天

hôm kìa 大前天

ngày hôm nay 今天

ngày mai 明天

ngày kia 后天

ngày kìa 大后天

月的表述。

tháng trước, tháng vừa rồi 上个月

tháng này 本月；这个月

tháng sau, tháng tới, tháng tiếp 下个月

tháng sau nữa 再下个月

年的表述。

năm ngoái, năm qua 去年

năm kia, năm trước 前年

năm kìa 大前年

năm nay, năm này 今年

năm sau, năm tới, sang năm 明年

năm sau nữa 后年

3. 越南语中"过去"与"将来"的表述方法。

在众多的过去时和将来时当中，最难区别的词是kia, kìa。一般用以辨别的方法是：hôm + kia/kìa表示过去，ngày + kia/kìa就表示将来。举例如下。

表示过去的句子。

Hôm kia tôi đi phố.

前天我上街。

Hôm kìa tôi đi phố.

大前天我上街。

Hôm qua tôi đi phố.

昨天我上街。

Tôi vừa đi chợ về.

我刚上街回来。

表示将来的句子。

Hôm nay mưa, ngày kia tôi mới đi phố.

今天下雨，后天我才上街。

Hôm nay mưa, ngày mai tôi mới đi phố.

今天下雨，明天我才上街。

Hôm nay mưa, ngày kìa tôi mới đi phố.

今天下雨，大后天我才上街。

Hôm nay mưa, ngày hôm sau tôi mới đi phố.

今天下雨，我明天才上街。

Tuần tới tôi đi nước ngoài.

下周我出国。

Tuần tới nữa tôi mới đi nước ngoài.

下下周我才出国。

Năm sau nữa tôi mới mua nhà.

后年我才买房子。

4. hè, hạ 的用法。

hè 与 hạ 相当于汉语的"夏天、夏季"。

Mùa hè học sinh nghỉ học.

夏天学生放假。

Mùa hè nóng, mùa đông lạnh.

夏天热，冬天冷。

Hè năm nay bạn đi đâu du lịch?

今年暑假你去哪里旅游？

5. 名词lúc的用法

相当于汉语的"一会、一时、一阵子"。在越南语中常用于表述时间的不确定性。

Trẻ con thường hay lúc đòi cái này, lúc đòi cái kia.

小孩往往一会儿要这个，一会儿要那个。

Anh chờ tôi một lúc.

你等我一会儿。

Lúc nào chị đi thì gọi em.

你什么时候走就叫我。

补充词汇:

gió mùa đông bắc　东北风	gió Lào　西风（老挝刮来的西风）	
gió heo　秋风	gió tây nam　西南风	gió mùa　季风
gió xoáy　龙卷风	mây đen　乌云	mây trắng　白云
mây phủ　云盖	vùng trời　天空	hoàng hôn　黄昏
bầu trời　天空	trăng khuyết　月缺	trăng tròn　月圆
rằm　农历十五	rạng đông　黎明	xế chiều　傍晚
đêm khuya　深夜	nửa đêm　半夜	lạnh buốt　寒冷
trời bức　闷热	ngân hà　银河	chú cuội　吴刚
tiên nữ　仙女	nguyệt nga　嫦娥	đóng băng　结冰
mưa tuyết　雨雪	thủy triều　潮水	lũ lụt　水涝
hạn hán　干旱	lầy　泥泞	trời hanh　天气干燥
khô ráo　干燥	ẩm ướt　潮湿	nước ngầm　地下水
vỡ đê　决堤	hồng thủy　洪水	

Tập nói　演练

写出下列词组的反义词。

nóng ——　　　　　rét ——

mưa ——　　　　　nhớ ——

hôm trước ——　　chính ——

làm ——　　　　　nghèo ——

to ——　　　　　ngủ ——

khôn ——	thắng ——
đơn giản ——	ngang ——
đầu ——	tốt ——
đất ——	yếu ——
khóc ——	đêm ——

Thực hành 实践

一、分小组用越南语谈论自己家乡和学校所在地的春、夏、秋、冬的天气情况。

二、用汉语说出下列句子的意思。

1. Trời hôm nay rất đẹp.

2. Mùa đông ở Nam Ninh có rét không?

3. Hôm nay có bão, chú em không đi biển.

4. Tạnh mưa rồi, ta đi phố đi.

5. Ngày mai rất lạnh, nhớ mặc nhiều áo nhé.

6. Thời tiết hôm nay rất ấm, ta đi dạo đi.

7. Nghe nói ngày kia có bão cấp 3, nhớ kéo thuyền lên bờ.

8. Bạn có thích mùa thu ở đây không?

9. Mùa hè ở đây hay mưa và bão, mùa đông thì không rét lắm.

10. Đây có mưa nhiều, nên cây cối xanh tốt.

Thường thức 常识

1. 越南的气候。

越南因受海洋影响，其气候南北有差别。中部的海云山以北，气候为热带季风气候，四季较分明；而海云山以南，其气候为热带气候，一年只有两季，即雨季和旱季。越南全国平均温度21℃～

27℃，夏天平均温度为25℃。冬天最冷的地方是老街省黄莲山山脉的沙巴，冬天温度可到0℃。越南平均日照时间1400～3000小时/年，下雨量1500～2000mm/年，台风数量平均6～10次/年。

2．越南的河流。

越南的河流较多，长度10公里以上的有2360条。其中最长的河流是红河，长500公里（越南境内）；第二长的河流是湄公河，长220公里（在越南境内叫九龙江）。据统计，越南海岸线每20公里有一处河流出海口。

3．越南之最。

面积最大的省份（直辖市）：嘉莱省，16649平方公里。

面积最小的省份（直辖市）：河南省，783平方公里。

人口最多的省份（直辖市）：胡志明市，6239938人。

人口最少的省份（直辖市）：北洴省，291700人。

最高的山峰：潘西邦山峰，高3143米。

最长的河流：红河，长500公里（越南境内）。

Bài thứ 16　　Cưới xin
第十六课　　　婚嫁

Kiểu câu thường dùng　常用句型

> Mời chị vào nhà chơi.
>
> 请你（姐）到家里玩。
>
> Xin mời uống nước.
>
> 请喝茶。 ○

Những câu cơ bản　基本句型

1. Tuy ... nhưng...

   虽然 ⋯⋯ 但是 ⋯⋯

   Tuy mồm nói vậy, nhưng vẫn phải làm giúp nó.

   虽然嘴上这样说，但还是要帮他。

   Tuy nấu không ngon miệng, nhưng đói quá vẫn phải ăn.

   虽然煮得不好吃，但是太饿了还是要吃。

   Tuy trông anh ta cao to thế này, nhưng không có chút sức nào.

   他虽然那么高大，但是没有一点力气。

   Tuy nhìn bề ngoài đẹp, nhưng chất lượng bên trong ra sao thì không biết.

   虽然外表好看，但是里面的质量如何就不知道了。

2. Có phải là ...

   是不是⋯⋯

Có phải là xe đạp của thầy Khang không?

是不是阿康老师的自行车？

Có phải là muốn đi phố cùng chị không?

是不是想跟我（姐姐）上街？

Có phải là để quên ở nhà không?

是不是忘放在家了？

Có phải là lớp 12A ở tầng 3 không?

是不是12年级甲班在3楼？

Đàm thoại theo tình huống　情景对话

Hội thoại I　Tán chuyện
会话1　　　聊天

A：Vân ơi, nghe nói cái Trang sắp lấy chồng rồi à?

甲：阿云，听说阿庄要嫁人了？

B：Trang nào?

乙：哪个阿庄？

A： Trang lớp mình đấy. Còn Trang nào nữa.

甲：我们班里的阿庄，还有哪一个？

B：Nó lấy ai đấy?

乙：她嫁谁？

A：Nghe nói là lấy chồng Hàn Quốc.

甲：听说嫁个韩国人。

B：Người Hàn Quốc có biết nói tiếng Việt không?

乙：那个韩国人会讲越南话吗？

A： Biết chứ. Nghe nói là giám đốc một công ty đang làm ở thành phố

Hồ Chí Minh mà.

甲：会。听说还是在胡志明市工作的公司经理。

B : Có đẹp trai không?

乙：长得帅吗？

A : Đẹp lão thì có. Tuổi gần 50.

甲：算个帅老头吧，将近50岁了。

B : Còn Trang cũng gần 30 tuổi rồi.

乙：阿庄也将近30岁了。

A : Còn mày thì thế nào? Có bồ chưa?

甲：那你怎样？有朋友了没有？

B : Bồ bịch gì. Tao vừa đi xem bói về, sang năm mới là số đào hoa của tớ.

乙：什么朋友，我刚去算命回来，说明年我才走桃花运。

A : Hoàng tử tương lai là người như thế nào?

甲：你未来的王子是怎样的？

B : Đầu tiên là có học thức, cao trên một mét bảy, thứ hai là có xe hơi nhà lầu.

乙：首先是有知识，身高一米七以上，其次是有汽车和楼房。

A : Vậy bảo con Trang giới thiệu cho.

甲：那样叫阿庄给你介绍。

B : Tao thì tin vào duyên phận, không nhờ ai cả.

乙：我是相信缘分，不依靠谁。

Hội thoại II   Giới thiệu người yêu
会话2   介绍对象

A : Vinh, mày có người yêu chưa?

甲：阿荣，你有对象了没有？

B：Chưa. Nghèo như tao ai yêu?

乙：没有。像我那么穷谁要啊？

A：Lo gì, số chưa đến, đến lúc mày muốn trốn cũng không trốn được kịp.

甲：愁啥，运气没到，运气到时想躲都躲不开。

B：Mày trêu chọc tao à? Tiền lương tao thấp như vậy ai nhòm?

乙：你又开我玩笑？我的工资那么低，谁也瞧不起。

A：Chưa đến lúc phát đạt thôi.

甲：还没有到发达的时候。

B：Nghe nói vậy tao cũng vui.

乙：听你这样说我很高兴。

A：Thắng nó tổ chức đám cưới vào tuần này đấy.

甲：阿胜他在这周结婚。

B：Người yêu nó là ai?

乙：他女朋友是谁？

A：Nghe nói là bạn cùng học ở Đại học Y khoa.

甲：听说是医科大学的同学。

B：Nó có mời bọn mình không nhỉ?

乙：他请我们了吗？

A：Nó về quê tổ chức.

甲：他回老家办婚礼。

B：Hiện giờ vợ Mạnh làm ở đâu?

乙：阿猛，你的老婆现在在哪儿工作？

A：Làm hải quan trên cửa khẩu Hữu Nghị.

甲：在友谊关口岸海关。

B：Hay đấy.

乙：很好。

A：Hay gì? Một tháng mới gặp nhau một lần.

甲：好啥？一个月才见一次面。

Hội thoại III   Rượu cưới
会话3   喜酒

A：Chào chị Lan, chị đi đâu vậy? Mời chị vào nhà uống nước.

甲：阿兰姐，你去哪儿？请你到家里喝点儿东西。

B：Em đang muốn đến nhà chị, nhờ chị một việc.

乙：我正想到你家，麻烦你一件事。

A：Việc gì nào? Có phải là mời tôi đi ăn kẹo của cháu Cường không nào?

甲：什么事儿？是不是请我吃阿强侄儿的喜糖啊？

B：Đúng thế. Thiếp mời đây, mời cả gia đình chị.

乙：是的。请柬在这儿，请你全家。

A：Ha ha ha! Tốt quá, tổ chức vào ngày nào?

甲：哈哈哈！很好，哪一天办事？

B：Tổ chức ăn cưới vào ngày Quốc khánh mùng 2 tháng 9.

乙：9月2日国庆那天办婚宴。

A：Con dâu là con nhà ai?

甲：儿媳妇是哪家的孩子？

B：Con bà Thu bán hàng xén ở ngoài chợ, chị có biết không?

乙：街上摆小摊的阿秋婆的女儿，你知道吧？

A：Có phải là bà Thu có chồng liệt sĩ không nào? Có đứa con gái tên là Hồng đúng không?

甲：是不是她老公是烈士的那个阿秋婆？她有个女儿名叫阿红对吗？

B：Đúng đấy. Bà Thu cũng khổ lắm, chồng mất sớm, một mình nuôi 3 đứa con.

乙：是的。阿秋婆也够苦的啦，丈夫死得早，一个人养育三个孩子。

A：Nghe nói, dưới Hồng còn 2 em trai?

甲：听说，阿红下面还有两个弟弟？

B：Đúng. Một đứa học lớp 11, còn đứa học lớp 9.

乙：是的。一个读高二，一个读初三。

A：Hàng xóm ai cũng khen cháu Hồng biết điều, chị lấy được con dâu này là phúc của chị đấy. Đã ăn hỏi chưa?

甲：邻居谁都夸阿红懂事，能娶得这个媳妇是你的福气。订婚了没有？

B：Ăn hỏi từ tuần trước.

乙：上周已经订婚了。

A：Bên nhà gái có yêu cầu gì không?

甲：女方提出什么要求？

B：Bà mối nói với em là nhà gái chỉ cần có một buồng cau và trầu để cúng tổ tiên thôi. Tuy nói vậy, nhưng gia đình em biết bà Thu khó khăn, vẫn tặng cho nhà gái một dây chuyền, một đôi khuyên, một cái nhẫn 2 chỉ và 10 mâm rượu cưới.

乙：媒婆跟我说女方只要一串槟榔和蒌叶来祭祖先即可。虽然这样讲，但是我们知道阿秋婆的困难，我们送给女方一条项链，一对耳环，两钱重的戒指和十桌酒席。

A：Chị mời thầy xem hộ mệnh cháu Cường và Hồng chưa?

甲：你请先生帮阿强和阿红看相没有？

B : Xem rồi, việc hạnh phúc trăm năm của hai cháu, gia đình em rất thận trọng chị ạ.

乙：看了。关系到他们两人百年的幸福，我们家很谨慎的。

A : Thầy nói thế nào?

甲：先生怎么说？

B : Cháu Cường đẻ vào tháng 3 năm 1981 Tân Dậu, tuổi gà, còn cháu Hồng đẻ vào tháng 2 năm 1983 Quý Hợi, tuổi lợn, 2 người rất hợp nhau.

乙：阿强生于1981（辛酉）年3月，属鸡，而阿红生于1983（癸亥）年2月，属猪，两人的命相很合得来。

A : À, tý nữa tôi quên, chị tổ chức ở nhà hàng nào?

甲：哦，我差点忘记了，你在哪个酒楼摆酒？

B : Tôi già rồi, còn ai lấy nữa mà tổ chức?

乙：我都老了，谁还娶我？

A : Hi hi hi! Xin lỗi chị, tôi nói nhầm.

甲：嘻嘻嘻！对不起，我讲错了。

B : Gia đình tổ chức tại khách sạn Hà Nội, vì nơi này có đủ các đồ trang trí đám cưới và miễn phí quay phim cho cô dâu chú rể.

乙：我们家在河内大酒店设宴，因为那里有各种婚宴饰品，还免费给新娘新郎摄像。

A : Nghe nói, đầu bếp ở khách sạn làm các thứ rất ngon.

甲：听说，酒店里的厨师做的菜很好吃。

B : Đúng. Đầu bếp được đào tạo ẩm thực ở Trung Quốc về.

乙：是的。厨师曾经在中国培训过。

A : Cảm ơn chị, ngày mùng 2 tháng 9 cả gia đình tôi nhất định đi.

甲：谢谢你，9月2日我们全家一定去。

词汇表

1. cưới xin　婚嫁
2. Hàn Quốc　韩国
3. đẹp trai　帅哥
4. lão　老
5. bồ /bồ bịch　对象；情人
6. xem bói　看相；算命
7. số đào hoa　桃花运
8. hoàng tử　王子
9. học thức　学识；知识
10. xe hơi　汽车
11. nhà lầu　楼房
12. duyên phận　缘分
13. người yêu　对象；爱人
14. số　运数；运气
15. trốn　躲避
16. trêu chọc　玩笑；挑逗
17. tiền lương　工资
18. nhòm　瞧；看
19. thắng　胜
20. mạnh　猛；强
21. cửa khẩu　口岸
22. uống nước　喝水；喝茶
23. chơi　玩
24. tuy　虽然；尽管
25. nhưng　但是
26. nấu　煮
27. mồm　嘴
28. ngon miệng　好吃
29. đói　饿
30. cao to　高大
31. sức　力气
32. chất lượng　质量
33. bên trong　里面
34. xe đạp　自行车
35. quên　忘
36. lớp　班级
37. tầng　层
38. muốn　想
39. kẹo　糖果
40. thiếp mời　请柬；请帖
41. tổ chức　组织；举行；举办
42. Quốc khánh　国庆
43. hàng xén　小摆摊；小贩
44. con dâu　媳妇
45. chồng　老公；丈夫
46. liệt sĩ　烈士
47. trăm năm　百年
48. khổ　苦
49. mất　逝世
50. ngoài chợ　街上；市场上
51. yêu cầu　要求
52. đứa　个（孩子）
53. sớm　早
54. lớp　年级；班
55. hàng xóm　邻居
56. khen　称赞；表扬
57. biết điều　懂事
58. phúc　福；福气
59. ăn hỏi　订婚
60. nhà gái　女方；女家

61. bà mối   媒婆
62. buồng   串；间
63. trầu   蒌叶
64. cau   槟榔
65. trầu cau   蒌叶和槟榔（越南爱情的象征）
66. Khang   （人名）康
67. cúng   祭；拜
68. tổ tiên   祖先
69. dây chuyền   项链
70. khuyên   耳环
71. nhẫn   戒指
72. chỉ   钱（黄金重量单位）
73. rượu   酒
74. cưới   结婚
75. mệnh   命
76. thận trọng   慎重
77. tân   辛
78. dậu   酉
79. tuổi gà   属鸡
80. quý   癸
81. hợi   亥
82. tuổi lợn   属猪
83. nhà hàng   酒家；酒楼
84. lấy   娶；取
85. khách sạn   酒店；宾馆
86. đồ trang trí   饰品；装饰
87. đám cưới   结婚；婚宴
88. quay phim   摄像；拍电影
89. đầu bếp   厨师
90. đào tạo   培训；培养
91. ẩm thực   饮食

▌▌ Hướng dẫn   注释 ▌▌

1. 动词mời, xin mời的用法。

这两个词相当于汉语的"请、敬请"。在使用过程中有点区别：mời表达的语气较一般，而xin mời表达的语气非常客气，且很尊重对方。

Mời anh dùng cơm.

请（你）吃饭。

Mời chị vào nhà.

请你进家来。

Xin mời anh vào nhà.

敬请你进家来。

Xin mời anh uống trà.

敬请（你）喝茶。

2．vào的用法。

在本课中vào含有两层意思，相当于汉语的"进、进来"和"在、到"。句子中有"vào+名词"，或"动词+vào+名词"时，vào当动词用，可译为"进、进来"。若句子中出现"动词+vào"时，vào当介词用，可译为"在、到、向"。

Mời vào nhà chơi.

请进家里玩。

Đã bước vào mùa hè.

已进入夏天。

Nghe thấy tiếng kẻng thì phải vào lớp học.

听到钟声就要进教室。

Cho tay vào trong túi.

把手放进兜里。

Em bị cát bay vào mắt.

我被沙子飞进眼睛里。

Thi vào mấy giờ?

几点考试？

Em đẻ vào tháng 2 âm lịch.

我生于农历二月。

Triển lãm tổ chức vào cuối tháng 12.

展览会在12月底举办。

Quyển sách này anh trả lại cho em vào cuối tháng.

这本书到月底我还给你。

3．còn, vẫn còn的用法。

còn, vẫn còn这两个词，相当于汉语的"有、仍、还、还有"的意思，偶尔也当连词使用，意思为"而"。

Anh Khánh còn có tiền không? Cho em mượn 100 tệ.

阿庆还有钱吗？给我借100元。

Em còn một bài tập chưa làm xong.

我还有一道题没做完。

Nhà em vẫn còn rượu, uống thêm 2 cốc nữa.

我家还有酒，再喝两杯。

Cuộc chiến đấu vẫn còn tiếp diễn.

战斗还在继续。

Ông ấy vẫn còn sống.

他还活着。

Anh Tùng sức khỏe hơi kém, còn em thì khỏe.

阿松身体差一点，而我很好。

Anh ấy đã học tốt, lại còn chăm làm nữa.

他这个人学习好，而且又勤劳。

4．thầy 的用法。

相当于汉语的"（男）老师、师父、先生、父亲"。如何辨别这个词的含义，主要是看语境。如课文中 mời thầy xem hộ 的 "thầy" 就是 "算命先生"。

Thầy Tường dạy toán, cô Huệ dạy văn.

祥老师教数学，惠老师教语文。

Thầy dạy em lái xe.

师傅教我开车。

Mời thầy địa lý đến xem nhà.

请风水先生到家里看（风水）。

Thầy ơi. Về ăn cơm, má con gọi.

爸爸回去吃饭吧，妈妈叫了。

补充词汇：

bạn thời thơ ấu	发小	người yêu cũ	过去的爱人
tình nhân cũ	老情人	hạnh phúc trăm năm	百年幸福
bạn đời	老伴	gia quyến	家属
gia phả	家谱	gia tộc	家族
gia trưởng	家长；大男子主义	vợ trước	前妻
vợ hai	二老婆	vợ cả	大老婆
vợ lẽ	小老婆	con đầu lòng	第一胎
con út	最后一胎；小幺	song hỉ	双喜
động phòng	洞房	đầy tháng	满月
có chửa	怀孕	thiếu nhi	少儿
có thai	有身孕	ly hôn	离婚
chung thủy	忠贞	thắm thiết	深厚
thương vợ	疼老婆	ghen	嫉妒
kén chồng	择夫	cưới muộn	晚婚
mất cảm tình	伤感情	tan nhà nát cửa	妻离子散
con ngoan	乖儿子	mẹ hiền	贤母
tật xấu	陋习	say mê	陶醉
say đắm	陶醉	mê	迷
đa tình	多情	hứa hẹn	许诺

Tập nói　演练

将适当的词填在下列横线上。

1. Mời _____ vào nhà chơi.

2. Mời _____ vào nhà uống nước.

3. Mời _____ lên bảng.

4. Mời _____ đứng dậy đọc bài.

5. Kính mời _____ ngồi trên ăn cơm.

6. Kính mời _____ viết hộ lá thư.

7. Kính mời _____ tham gia lễ thành hôn của chúng em.

┃┃ Thực hành　实践　┃┃

一、分小组用越南语谈论自己看到、听见的关于亲友、同学之间介绍朋友、婚嫁事宜的话题。

二、用汉语说出下列句子的意思。

1. Chúng em làm đám cưới vào ngày 10 tháng 10.

2. Ngày kia em và Hùng đi phố.

3. Theo Luật hôn nhân, con trai đến 20 tuổi thì có thể đăng ký kết hôn.

4. Từ giờ đến Tết còn 3 ngày nữa.

5. Khách đến nhà, sao không mời khách uống nước?

6. Hôm nay là thứ 2, ngày mai là sinh nhật của em.

7. Trời rét đừng đứng ở ngoài gió to, mời vào nhà cho ấm.

Thường thức　常识

1. 越南人的婚俗。在越南，男女结婚必须经过"三部曲"。第一是家长会面。男女之间谈恋爱，到了想结婚时，男方的家长主动到女方家去谈婚事，以前这一程序是由媒婆说媒，但现在在城里已简化。第二是订婚。订婚要有聘礼，而聘礼中绝对不能缺少的是槟榔和蒌叶（trầu cau）。因为槟榔和蒌叶是越南人爱情的象征，其余的礼物可根据地方不同而不同，如在河内还要有"夫妻饼"（bánh phu thê）和"嫩米饼"（Bánh cốm，也叫"扁米饼"）。在订婚之日，双方家长见面谈论家务事和商订结婚时间。第三是结婚，摆酒席。

2. 法定结婚年龄。越南婚姻法规定，男的满20岁，女的满18岁可登记结婚。

3. 婚俗。在越南，民间男女相爱而准备结婚时，家长常要请人看双方的八字，这是一种流传已久的习俗，老百姓比较讲究。因此结婚前必须请相关人士看看男女双方是否合适，嫁娶时间也要选择吉日良辰。汉语的天干地支与越语对译如下。

天干	甲	乙	丙	丁	戊	己	庚	辛	壬	癸		
	giáp	ất	bính	đinh	mậu	kỳ	canh	tân	nhâm	quý		
地支	子	丑	寅	卯	辰	巳	午	未	申	酉	戌	亥
	tý	sửu	dần	mão	thìn	tỵ	ngọ	mùi	thân	dậu	tuất	hợi

注意：

在十二生肖中，越南语中没有卯（兔子），而用"猫"替代兔子。其原因多数人认为是误读，因汉语的"卯"与越南语的"Mão"（猫）是同音，将错就错沿用至今。另外，未（羊），越南语中常指的是山羊而不是绵羊，因为越南属于热带气候，不适合绵羊生存，所以对绵羊的印象不深。

Bài thứ 17　　Tham gia lễ truy điệu
第十七课　　参加追悼会

> Chào anh, lâu ngày không gặp, anh có khỏe không?
>
> 你好，很久不见，身体好吗？
>
> Vẫn khỏe!
>
> 很好！
>
> Chào chị (anh)! Chị (anh) ăn cơm chưa?
>
> 你好！吃饭了没有？
>
> Ăn rồi.
>
> 吃了。

▌▌ Những câu cơ bản　基本句型 ▌▌

1. Luôn luôn …

时刻……

Chúng tôi luôn luôn nhớ lời Bác Hồ dạy.

我们时刻铭记胡伯伯的教导。

Lao động sản xuất luôn luôn chú ý đến an toàn.

劳动生产时刻注意安全。

Người đảng viên cộng sản luôn luôn là tấm gương của quần chúng.

共产党员时时都是群众的榜样。

2. Đối với …

对于……或关于……

Đối với việc làm của chị đúng hay sai, phải do quần chúng nhân dân quyết định.

关于你的行为是对是错，由人民群众来决定。

Đối với công việc này, em làm thừa sức.

对于这项工作，我完全可以胜任。

Đối với câu hỏi của anh, tôi không có quyền trả lời.

对于你的提问，我无权回答。

3. Ngoài … ra …

除……外

Ngoài sách vở ra, trong túi tôi không có cái gì hết.

除书本外，我的袋子里什么都没有。

Trong bữa cơm hôm nay, ngoài thức ăn ra, còn có rượu để uống.

今天这顿饭，除了菜还有酒。

Bố em để lại cho em ngoài cái ti vi ra, không còn cái gì đáng giá.

父亲留给我的除这台电视机外，没有什么值钱的了。

4. …như …

……像（似）……

Người đẹp như hoa.

长得像朵花一样美。

Trông anh ấy ăn mặc như cán bộ.

看他的穿着像个干部。

Hai người cao như nhau.

他俩一样高。

Đàm thoại theo tình huống 情景对话

Hội thoại I   Tin buồn 1
会话1   噩耗1

A ： Chị Bình ơi. Nghe nói cụ Hoan mất rồi à?

甲：平姐，听说阿欢老爷爷走了？

B ： Đúng, mất đêm qua.

乙：是的，昨晚去世的。

A ： Cụ năm nay bao nhiêu tuổi?

甲：欢爷爷今年多少岁？

B ： Năm nay cụ 85 tuổi.

乙：他今年85岁。

A ： Hai hôm trước em còn thấy cụ đi chợ cơ mà.

甲：两天前我还见他去菜市啊。

B ： Ai cũng không ngờ, ngay cả gia đình cũng không ngờ.

乙：谁也没想到，包括家里也没料到。

A ： Cụ có ốm đau gì không?

甲：他得了什么病？

B ： Không. Tối cụ tắm xong có nói nhức đầu đi ngủ, buổi sáng gia đình gọi cụ dậy ăn cơm, chẳng thấy có động tĩnh gì.

乙：没什么。晚上洗澡完后他说头疼就去睡觉，早上家里人叫他起床吃饭，没有什么动静。

A ： Cụ đi nét mặt như thế nào?

甲：他去世时表情怎样？

B ： Nhìn cụ rất vui lòng.

· 234 ·

乙：看他很安详。

A：Hàng xóm ai cũng nói, cụ là người phúc đức .

甲：邻居们都说，爷爷是有福气的人。

B：Đúng. Con cháu nhà cụ đứa nào cũng có hiếu.

乙：是的。他家的儿孙个个都孝顺。

A：Chị còn nhớ không? Bà ngoại nhà em ốm trên giường 3 năm sau mới mất, làm khổ cả con cháu.

甲：你还记得吗？我家外婆卧病三年才去世，累坏了儿孙。

B：Sống chết là số trời, có ai lường được đâu?

乙：生死天注定，谁能料到？

Hội thoại II   Tin buồn 2
会话2   噩耗2

A：Chị Hồng có nhà không?

甲：红姐在家吗？

B：Mẹ cháu không ở nhà.

乙：我妈妈不在家。

A：Mẹ cháu đi đâu rồi?

甲：你妈妈去哪儿了？

B：Mẹ cháu về quê đưa tang ông ngoại.

乙：我妈妈回老家为外公送丧了。

A：Sao cháu không về đưa tang?

甲：那你为什么不去？

B：Cháu mới đi học về.

乙：我刚放学回来。

A：Ông ngoại cháu mất bao giờ?

甲：外公什么时候去世的？

B：Mất từ sáng nay.

乙：今天早上。

A：Ông ngoại mắc bệnh gì vậy?

甲：外公得了什么病？

B：Nghe mẹ kể, bị bệnh ho ra máu.

乙：听妈妈说，得了咯血病。

A：Có lẽ bị bệnh lao rồi.

甲：可能是肺结核。

B：Cháu chẳng rõ, ông ngoại ốm nằm viện hơn một năm rồi.

乙：我不清楚，外公得病住院一年多了。

A：Sao chẳng thấy mẹ cháu nói gì cả?

甲：为什么没听你妈妈讲过？

B：Vì chuyện quá đột ngột.

乙：因为这事太突然了。

A：Người nhà mà còn giấu giếm?

甲：家里人还隐瞒？

B：Mẹ cháu sợ phiền đến cô.

乙：我妈妈怕麻烦你。

A：Thôi, chuyện này sẽ tính sau. Nói cho cô biết đến chỗ ông ngoại đi như thế nào?

甲：算了，这事以后再说。告诉我去外公家怎么走？

B：Cô đợi cháu đi cùng.

乙：你等我一起去。

Hội thoại III   Lễ truy điệu
会话3   追悼会

A：Anh Huy, ngày mai anh có đi tham gia lễ truy điệu của ông Dũng
　　không?

甲：阿辉，明天你去参加阿勇的追悼会吗？

B：Có chứ. Tôi đã nhận được thông báo của ban tổ chức lễ tang rồi.

乙：去。我已接到殡丧委员会的通知。

A：Tôi tuy không nhận được, nhưng tôi vẫn đi. Công ơn của ông Dũng
　　đối với xã chúng tôi, tôi không bao giờ quên.

甲：虽然没接到通知，但是我照样去，我永远不会忘记阿勇为我们
　　乡做的贡献。

B：Đúng thế. Chúng tôi luôn luôn nhớ đến ông, khi nhìn thấy con
　　đường xi măng này.

乙：是的。当看到这条水泥路时，我们总是会想起他。

A：Lễ truy điệu tổ chức ở chỗ nào?

甲：追悼会在哪里举行？

B：Ở ngay hội trường huyện ủy. Anh đi nhớ đeo băng đen nhé!

乙：就在县委礼堂，你去时记得要戴黑纱。

A：Đeo băng trắng có được không?

甲：戴白纱可以吗？

B：Băng trắng là người thân trong gia đình.

乙：白纱是家属戴的。

A：Nghe nói ông Dũng là người tỉnh khác, được ủy nhiệm làm bí thư
　　huyện đến hết năm nay là điều lên trên tỉnh nhận chức phó bí thư
　　tỉnh, không ngờ lại mất sớm thế này.

甲：听说阿勇是外省人，任县委书记到今年年底期满，刚调到省里

当省委副书记，想不到走得那么快。

B ： Ông ấy là cán bộ tập kết từ trong nam ra.

乙：他是从南方抽调过来的干部。

A ： Ông Dũng bị mắc bệnh gì?

甲：他得的什么病？

B ： Ông ấy khỏe như trâu, có mắc bệnh gì đâu. Ông đi họp trên đường bị tai nạn ô tô.

乙：他壮得像头牛，哪有什么病。他是去开会的路上出了车祸。

A ： Không ai đưa đi cấp cứu à?

甲：没有人送去抢救吗？

B ： Đưa lên bệnh viện tỉnh cấp cứu, nhưng do chảy máu quá nhiều.

乙：送到省医院去抢救了，但流血过多。

A ： Việc ông Dũng huyện ủy xử lý như thế nào?

甲：阿勇的事情县委怎样处理？

B ： Nghe nói được hưởng theo tiêu chuẩn liệt sĩ, và được an táng tại nghĩa trang.

乙：听说享受烈士待遇，可以安葬在烈士陵园。

A ： Thế là phải. Thay mặt xã, sáng mai tôi đến nhà chia buồn với gia đình, đồng thời viếng một vòng hoa nữa.

甲：这就对了。明天我代表乡里到他家里吊唁，同时送一个花圈。

B ： Xã chúng tôi góp được 20 triệu đồng, ngày mai gửi cho gia đình để trả tiền nợ bệnh viện.

乙：我们乡里凑了二千万盾，明天送给他家，交纳欠医院的费用。

A ： Sao? Gia đình ông Dũng không được thanh toán à?

甲：怎么？他家人不能报销？

B ： Được thanh toán, nhưng vẫn không đủ. Ông ấy rất liêm chính, đến giờ phút này ngoài cái xe máy đi làm cũ kỹ ra, tiện nghi trong gia đình cái gì cũng không có.

乙：可以报销，但是仍然不够。阿勇他很清廉，到目前为止除那辆
    上班骑的旧摩托车外，家里什么家具都没有。

A：Cán bộ huyện như ông Dũng là hiếm có.

甲：像他那样的县级干部很少见。

词汇表

1. giám thị 监考人	2. sai 错的
3. quyền 权利	4. ngoài … ra 除……外
5. bữa 餐；顿	6. thức ăn 菜
7. như 像；似；如	8. cán bộ 干部
9. lễ 礼；典礼；仪式	10. truy điệu 追悼
11. ban 委员会	12. tổ chức 组织；举办
13. tang 丧；葬礼	14. băng đen 黑纱
15. băng trắng 白纱	16. người thân 亲人；家属
17. công ơn 恩情；功劳；贡献	18. luôn luôn 时刻；常常
19. xã 乡；合作社	20. xi măng 水泥
21. bí thư 书记	22. nghi ngờ 疑问；怀疑
23. tập kết 集结；抽调	24. mắc 挂；得（病）
25. trâu 水牛	26. tai nạn 事故
27. cấp cứu 急救；抢救；急诊	28. bệnh viện 医院
29. máu 血	30. nghĩa trang 公墓
31. an táng 安葬	32. chia buồn 吊唁
33. đồng thời 同时	34. vòng hoa 花圈
35. góp 凑	36. nợ 债务
37. cũ kỹ 陈旧	38. hội trường 礼堂
39. huyện ủy 县委	40. xử lí 处理
41. nợ 欠款	42. liêm chính 廉正；廉洁
43. thanh toán 报销；结算	44. tiện nghi 家庭用品的总称
45. hiếm 稀少；缺少	46. tấm gương 榜样

47. quần chúng　群众

48. thừa　剩余；承

49. ăn mặc　穿着

50. ti vi　电视

51. công lao　功劳

52. công đức　公德

53. công việc　工作

54. công danh　功名

55. chính phủ　政府

56. phòng tài vụ　财务科

57. tắm　洗澡

58. nhức đầu　头痛

59. động tĩnh　动静

60. nét mặt　脸色

61. hiếu　孝顺

62. phúc đức　福德；仁厚

63. giường　床

64. số trời　天命

65. lường　意料；料到

66. ho ra máu　咳出血

67. bệnh phổi　肺结核

68. hơn　多；多出

69. đột ngột　突然

70. giấu giếm　隐藏；隐瞒

71. phiền　麻烦

Hướng dẫn 注释

1. 名词ban的用法。

ban是越南行政部门根据工作性质设立的单位，ban与phòng相通，相当于汉语的"科、室、处、委员会等"。课文中ban tổ chức lễ tang就是指"治丧委员会"。

Ban tổ chức giám thị của tỉnh.

省监考委员会。

Ban quản lý an toàn sản xuất chính phủ.

政府安全生产管理小组。

Trưởng phòng nhân sự.

人事处处长。

Phòng tài vụ.

财务科。

2. 名词đồng thời的用法。

đồng thời相当于汉语的"同时",常用在句子的中间或前面。

Anh em họ Nguyễn đã học giỏi rồi, đồng thời cả hai lại đều là lớp trưởng.

阮家兄弟学习好,同时两人都做了班长。

Trường em có môi trường tốt, đồng thời quản lý cũng tốt.

我们学校环境好,同时管理也好。

Sa pa là khu du lịch, đồng thời cũng là nơi an dưỡng nghỉ mát.

沙巴是旅游区,同时也是疗养度假区。

3. 名词tiện nghi的用法。

tiện nghi一词在越南语中是家庭生活用品的总称,相当于汉语的"家具、家私、家庭设施"。

Khách sạn này tiện nghi đầy đủ.

这家酒店设施齐全。

Nhà mới lại trang bị tiện nghi cũ.

新房子装备旧家具。

Anh đi Hà Nội mua những thứ tiện nghi gì?

你去河内买什么家具?

Tôi định mua tủ lạnh.

我想买个冰箱。

补充词汇:

tin buồn	噩耗	đau đớn	痛苦	thương tiếc	痛惜
đau xót	沉痛	giã từ	逝世	bất hạnh	不幸
ngày giỗ	忌日	kỵ	忌	chôn cất	埋葬
hỏa táng	火葬	quét mộ	扫墓	mồ mả	坟墓
ma quỷ	鬼怪	thầy cúng	道士	dâng hương	烧香
dâng cúng	上香	quá khứ	过去	đốt nhang	烧香
cúng bái	跪拜	khóc lóc	哭泣	nước mắt	眼泪
mồ côi	孤儿	than thở	叹气	hồn	魂魄
âm phủ	阴府	đầu thai	投胎	hòa thượng	和尚

sư thầy 和尚	phật tử 佛子，佛徒	tín ngưỡng 信仰
tín đồ 信徒	nho giáo 儒教	phật giáo 佛教
bồ tát 菩萨	quan âm 观音	thiên đường 天堂
cõi đời 阴间		

Tập nói 演练

两人一组进行以下对话。

1. A: Hôm nay anh có đi làm không?

   B: Có.

   A: Ngày mai thế nào?

   B: Mai nghỉ.

2. A: Hôm nay bố mệt không?

   B: Bố không mệt.

   A: Con cho bố uống thuốc nhé.

   B. Bệnh bố đã khỏi.

3. A: Bà cháu có khỏe không?

   B: Cám ơn. Khỏe cả.

   A: Sao bà vẫn ho à.

   B: Già rồi, ho uống thuốc gì cũng chẳng thấy khỏi.

Thực hành 实践

一、分组用越南语谈论自己家乡的殡葬风俗。

二、用汉语说出下列单句的意思。

1. Lễ truy điệu tổ chức tại nhà.

2. Lễ tang tổ chức ở hội trường Nam Ninh.

3. Nơi này cấm hút thuốc lá.

4. Vừa nhận được tin cụ mất vào sáng nay.

5. Mọi người đang bàn về cái chết của ông Hoan.

6. Ngày mai tôi đi khám bệnh.

7. Con nhỏ bị chết đuối.

8. Chị ấy mất rất đột ngột.

9. Hai học sinh vừa bị tai nạn xe máy.

10. Bà ngoại em mất cách đây đã 3 năm.

Thường thức 常识

1．越南送花的忌讳。到医院看望病人时，若想送花，就送玫瑰或百合，千万别送菊花或白色的花。因为菊花对中国人来说是长寿的象征，但在越南，菊花和白色的花是用来送给死人的。在城里，年轻人到医院看望病人一般是送花，而在农村，看望病痛老人是送好吃的营养品。

2．戴孝的忌讳。参加追悼会的亲朋好友必须戴孝，男士戴黑纱巾，扣于左手臂上或左胸前，女士可带白纱巾在头上，或小块的黑纱巾于右胸前。

3．7月27日越南伤残烈士纪念日的由来。1946年12月，越南共产党领导的抗法战争爆发，前线的战士伤势严重，越南全国掀起捐献衣物支援前线的热潮，胡志明主席也捐献了他穿的衣服。1947年7月27日，为了响应胡志明主席支援前线和爱护伤残军人的号召，在越南太原举行爱护伤残军人大会，同时把该日定为"全国伤残军人"日。1955年正式更名为"伤残烈士纪念日"。

Bài thứ 18   Địa ốc（Môi trường, phong thủy, trang trí）
第十八课　房地产（环境、风水、装修）

> Nhà anh ở chỗ nào?
>
> 你家在哪？
>
> Nhà em ở …
>
> 我家在 ……
>
> Nhà anh bao nhiêu mét vuông (㎡)?
>
> 你家有多少平方米？
>
> Nhà em 120 mét vuông (㎡).
>
> 我家有120平方米。
>
> Nhà cửa ở đây bao nhiêu tiền một mét vuông (㎡)?
>
> 这里的房子多少钱一平方米？
>
> Khoảng 6000 tệ một mét vuông (㎡).
>
> 大约6000元人民币一平方米。

1. Do … nên …

由于……所以……

Do trời mưa, nên xe đi chậm.

由于下雨，所以车开得慢。

Do nhà cửa mới làm xong, nên vẫn còn mùi sơn, mùi xi.

由于房子刚建好，所以还有油漆、涂料味。

Do khu vực này rất đẹp, nên nhà hơi đắt .

由于本区域很好，所以房子价格高了一点。

2. Dù (dầu) … vẫn …

无论……都……或尽管……还……

Dù nhà đắt thế nào, em vẫn mua.

无论房子价格多贵，我还是要买。

Dầu trời mưa to em vẫn cứ đến trường học.

尽管下大雨，我还是去学校。

Dù ai phản đối thế nào, tôi vẫn nhất thiết bán căn nhà này.

无论谁怎样反对，我还是必须卖掉这房子。

Đàm thoại theo tình huống 情景对话

Hội thoại I   Tán chuyện
会话1   聊天

A : Anh Trung này, ngày chủ nhật tôi dọn vào nhà mới, mời anh đến
    tham dự.

甲：忠哥，星期天我搬入新家，请你光临。

B : Thế à? Tôi nhất định đến tham dự. Nhưng nhà mới của anh là mua
    đất tự xây hay là mua căn hộ chung cư?

乙：是吗？我一定来。你家是买地建的还是买的商品房？

A : Tôi viên chức nhà nước về hưu, đâu được như anh là nhà doanh
    nghiệp tư nhân?

甲：我一名退休国家公务员，哪能像你私人企业家。

B : Doanh nghiệp tư nhân thời buổi này cũng khó lắm, do cạnh tranh
    gay gắt nên kiếm đồng tiền cũng khó khăn lắm.

乙：私人企业在这个年代也难啊！由于竞争激烈，挣一块钱也很难。

A：Dù sao doanh nghiệp tư nhân vẫn dễ kiếm tiền hơn.

甲：不管怎样，私人企业挣钱还是比较容易。

B：Nhưng chịu rủi ro thì chẳng ai nhìn thấy.

乙：但是承担的风险却没人能看到。

A：Nhà anh xây xong chưa?

甲：你家建好了吗？

B：Tôi định mua miếng đất để xây nhà ở ngoại ô thành phố, nhưng không biết xem, đang định mời anh đi xem hộ.

乙：我想在市郊买块地建房子，可是不会看，想请你去帮看。

A：Chờ uống xong rượu nhà mới của tôi, rồi tôi đi xem cùng anh.

甲：等喝完我的乔迁酒了，我跟你一起去看。

Hội thoại II　Môi trường và phong thủy
会话2　　　　环境与风水

A：Anh mua miếng đất ở khu nào?

甲：你在哪个区买地？

B：Ở khu Từ Liêm.

乙：在慈廉区。

A：Ở khu ấy tốt đấy.

甲：在那个区很好。

B：Đấy anh xem, miếng đất này gần 1000 ㎡.

乙：就在这里，你看这块地约1000平方米。

A：Miếng đất này thì tuyệt vời.

甲：这块地太好了。

B：Tốt ở chỗ nào?

乙：好在哪里？

A：Tôi không dám tự tôn là thầy địa lý, nhưng tôi đã từng xem hộ nhiều miếng đất cho người khác. Tôi chưa bao giờ thấy miếng đất nào đẹp như miếng đất này.

甲：本人不敢自称是风水先生，但是在我曾经看过的那么多地当中，就从来没看到过像这块那么好的地。

B：Môi trường thì anh cảm thấy thế nào?

乙：你觉得环境怎样？

A：Không khí trong lành, có làn cây xanh vây quanh, ao nước trong xanh, giao thông thuận tiện, nhất là ở chỗ kia có mỏm đất nhô lên, dựng nhà ở đó rất lý tưởng.

甲：空气新鲜，有树木围绕，池塘水清澈，交通方便，尤其是在那个地方有点凸起，在那里建房子很理想。

B：Hướng nhà thì xây theo hướng nào là tốt?

乙：房子朝哪个方向建好？

A：Theo sách phong thủy mà nói, nhà cửa phải xây lưng bắc mặt nam.

甲：根据风水书所说，房子应是坐北朝南。

B：Thế là thế nào?

乙：怎么说？

A：Tức là cửa nhà nên hướng về phía nam, lưng nhà hướng về phía bắc, mùa hè thì mát mẻ, mùa đông ấm cúng.

甲：就是房子前门要向南，背要向北，夏天凉快，冬天暖和。

B：Tôi cũng nghe người ta nói nhiều.

乙：我也常听到别人这样说。

A：Nhưng theo địa hình miếng đất này, cửa nhà nên hướng theo phía đông nam, sáng mở cửa là nhìn thấy ao cá, sau lưng nhà vừa nằm gần chỗ mô đất cao.

甲：但是根据这块地的地形，前门应向东南，早上开门可见到鱼
塘，房子的背后刚好靠近高出的土堆。

B：Tôi hiểu rồi. Trước mặt có ao cá, tức là có thủy, thủy tượng trưng cho
của cải tiền bạc, còn sau lưng nhà có mỏm đất nhô cao, nghĩa là có
chỗ dựa, có thế dựa thì không bao giờ bị lật đổ.

乙：啊，我明白了！前面有鱼塘，也就是有水，水象征金银财宝，
而房子背靠高出的土堆，其含义是有靠山，有了靠山就不会倒
下。

A：Đúng thế. Thực ra thuật phong thủy dùng cho ngày nay mà nói,
không phải là mê tín, mà là môi trường sinh sống giữa con người và
tự nhiên. Tức là thiên nhân hợp nhất, con người mới làm ăn phát đạt.

甲：对。其实风水术在今天来讲，不是迷信，而是人与自然的和
谐。也就是天人合一了，人们才能够事业发达。

B：Nghe anh nói vậy, ngày mai tôi phải ký hợp đồng mua luôn miếng
đất này.

乙：听你这样说，我明天就签合同买下这块地。

Hội thoại III   Trang trí
会话3   装修

A：Anh Bình, anh thấy kiểu trang trí nội thất trong căn nhà này như thế
nào?

甲：平哥，你看这间房子的装修样式如何？

B：Về màu sắc mà nói, mang đậm dáng điệu Thái Lan, vì màu vàng hơi
nhiều, nhưng còn về tranh ảnh lại thể hiện nét văn hóa Trung Hoa.

乙：从颜色来说，带有浓厚的泰国情调，是因为黄色偏重，然而从

绘画来说又体现中华文化。

A：Anh đánh giá tổng thể xem, phong cách trang trí thì thuộc loại nào?

甲：你从总体作个评价，装修风格属于哪一类？

B：Nhìn chung là thể hiện phong cách đông phương.

乙：总的来说是体现东方风格。

A：Đúng. Anh biết không? Bức tranh sơn thủy này là bà xã tôi mang từ Quế Lâm Trung Quốc về, còn lọ hoa làm bằng gỗ trắc có khắc hoa đào và hoa mai là mua ở làng mộc Từ Sơn.

甲：对。你知道吗？这幅山水画是我爱人从中国桂林买回来的，还有这个雕刻有桃花和梅花的酸枝木花瓶，是在慈山木工村买的。

B：Tường nhà anh quét bằng sơn, xi gì?

乙：你家房子的墙刮什么油漆、涂料？

A：Nghe công nhân nói là sơn, xi nhập khẩu của Mỹ.

甲：听工人说是美国进口油漆、涂料。

B：Hàng Mỹ cũng có hàng rởm nhé. Hiện nay trên thị trường đang thịnh loại sơn, xi sạch, nghĩa là loại sơn, xi không độc hại sức khỏe con người.

乙：美国货也有假冒的。现在市场上正兴环保油漆、涂料，也就是对人体健康无害的油漆、涂料。

A：Cả căn nhà tôi thuê trọn gói cho họ làm, cụ thể sơn gì hay xi gì tôi cũng chẳng rõ.

甲：我整间房子是全部包给他们做的，具体什么油漆、涂料我也不清楚。

B：Anh nên chú ý, xi có thành phần an-đê-hít là không tốt.

乙：你要注意，带有乙醛的涂料是不好的。

A：Làm sao để nhận biết được?

甲：如何分辨呢？

B：Anh đóng hết cửa vào, ngửi thấy mùi lạ và hắc mũi là loại xi hay sơn không đạt tiêu chuẩn.

乙：你关起所有的门，闻到异味或呛鼻的就是不达标的涂料或油漆。

A：Cảm ơn anh. Tối nay tôi sẽ kiểm tra .

甲：谢谢你。今晚我检查一下。

词汇表

1. địa ốc　房地产	2. khu vực　区域
3. phong thủy　风水	4. trang trí　装修
5. nhất thiết　必须	6. nhất định　一定
7. căn　间（房）	8. viên chức　职员；职工
9. tư nhân　私人	10. thời buổi　年代；时代
11. cạnh tranh　竞争	12. gay gắt　激烈
13. kiếm　找	14. ngoại ô　郊区
15. miếng　块	16. tuyệt　绝
17. tự tôn　自尊；自称	18. thầy địa lý　风水先生
19. trong lành　（空气）新鲜	20. ao cá　鱼塘
21. trong xanh　青绿；茂盛	22. mỏm　凸出处；凸起
23. nhô　凸出；伸出	24. hướng　向
25. lưng　背	26. mát mẻ　凉快
27. ấm　暖	28. ấm cúng　温暖
29. mô đất　土包；山包	30. tượng trưng　象征
31. của cải　财宝；财产	32. chỗ dựa　支撑；靠山
33. thế dựa　靠山	34. lật đổ　打倒；颠倒
35. thuật phong thủy　风水术	36. mê tín　迷信
37. giữa　中间；之间	38. thiên nhiên　天然
39. hợp nhất　合一	40. phát đạt　发达
41. bình　平	42. nội thất　内装饰

43. đậm   浓

44. dáng điệu   样子

45. Thái Lan   泰国

46. tranh ảnh   画；图画

47. thể hiện   体现

48. nét   笔画；点滴

49. Từ Sơn   慈山（地名）

50. đánh giá   评价

51. phong cách   风格

52. nhìn chung   总的；概括

53. sơn thủy   山水

54. bà xã   内人；夫人；爱人

55. Quế Lâm   桂林

56. gỗ trắc   酸枝木(红木的一种)

57. lọ hoa   花瓶

58. hoa đào   桃花

59. khắc   雕刻

60. làng mộc   制作木工村子

61. hoa mai   梅花

62. tường   墙

63. quét   刮；扫

64. xi   涂料；抛光油

65. rởm   古怪；假

66. thịnh   兴；盛

67. hàng rởm   假货

68. xi sạch   环保涂料

69. trọn gói   全包

70. an-đê-hít   乙醛

71. mùi   味道

72. hắc   呛鼻；黑

73. mũi   鼻子

74. cam đoan   保证

75. giặt   洗

76. chăn   被子

77. màn   蚊帐

78. mâu thuẫn   矛盾

79. đầu vào   投入

80. đầu ra   销售

81. tay nghề   手艺

82. bài văn   文章

83. sơn   油漆

84. sơn sạch   环保油漆

║ **Hướng dẫn** 注释 ║

1. 副词 nhất thiết 的用法。

nhất thiết相当于汉语的"必须、一定"，在句子中常跟"phải"一起使用构成肯定句或否定句。

Công việc hôm nay nhất thiết phải làm xong.

这项工作今天必须完成。

Nhiệm vụ này nhất thiết phải anh đi.

这个任务一定要你去。

Vấn đề này không nhất thiết phải bàn trong ngày hôm nay.

这一问题不一定在今天讨论。

2. 形容词 dứt khoát 的用法。

dứt khoát 相当于汉语的"坚决、干脆、一定",常放在动词的前面。

Anh làm hay không, phải trả lời dứt khoát.

你做还是不做,回答干脆点儿。

Dù anh nói thế nào, tôi dứt khoát không đi.

不管你怎样说,我决不去。

Tôi cam đoan công việc hôm nay dứt khoát phải hoàn thành.

我敢保证今天的工作一定能完成。

3. giữa 的用法。

giữa可做名词又可做连词,相当于汉语的"中间、两者之间、与",在使用时语境不同,理解也不同。

表"中间"含义的例句。

Bố Cường mất vào lúc giữa năm học.

阿强的爸爸在他学习期间去世。

Chú bé đi giữa đường tàu.

小朋友走在铁路上。

Tỉnh Bắc Ninh nằm giữa đoạn đường từ Lạng Sơn về Hà Nội.

北宁省刚好在谅山至河内的途中。

表"两者之间""其中"含义的例句。

Giữa hai bộ quần áo này em có thể chọn một.

这两件衣服中你可选一件。

Công việc hôm nay, là quét nhà và giặt chăn màn, giữa hai việc đó em có thể chọn một.

今天的工作,有扫地和洗被子、蚊帐,在这两者之间你可选一个。

表"与"含义的例句。

Người làm doanh nghiệp luôn cân đối giữa đầu ra và đầu vào.

企业家时刻掂量生产与销售的关系。

4. nhìn chung 的用法。

nhìn chung相当于汉语的"总的来说、总之、概括"，通常放在句首。

Nhìn chung mà nói, bài văn này viết rất khá.

总的来说，这篇文章写得不错。

Nhìn chung, tay nghề của anh thuộc loại tốt.

总之，他的手艺很好。

Nhìn chung mà nói, công việc của các anh chuẩn bị khá tốt.

总的来说，他们的工作准备得不错。

补充词汇：

cao tầng	高层	nhà trọ	旅馆	thuê nhà	租房
mua trả góp	分期付款	phòng nhà đất	房管处	nhà thương	医院
mái nhà	屋顶	nóc nhà	屋顶	nhà ngói	瓦房
nhà tranh	茅屋	nhà vách	泥屋	đèn lồng	灯笼
đèn tuýp	日光灯	cháy nhà	房子着火	mặt tiền	前门；门面
hiên nhà	屋檐	nhà cũ	旧房	cửa rộng	宽门
nhà sang	漂亮的房子	từng hộ	每户	tân trang	新装修
thấm nước	渗水	che nắng	遮阳	cửa sổ	门窗
sân nhà	天井；庭院	cầu thang	楼梯	gạch đỏ	红砖
biệt thự	别墅	lâu đài	楼台/古堡	vườn hoa	花园
cây cảnh	盆景	tủ áo	衣柜	tủ gương	镜柜
đầu giường	床头	chảo	炒菜铁锅	nồi	锅
nhà gỗ	木房子	lập nhà	建房子		

Tập nói　演练

根据给出的词组，选择正确的词组填在横线上。

khu tập thể, khu chung cư, ngoại ô, gác, nhờ, ở tầng, trong, quê.

1. Nhà tôi ở _____.

2. Bạn Hùng ở _____ .

3. Nhà em ở trên _____.

4. Em ở _____ họ hàng.

5. Nhà bác ở _____.

6. Nhà chị Lan ở _____ 5.

7. Anh Dũng ở _____ thành phố.

8. Bố mẹ tôi ở _____ .

Thực hành 实践

一、分小组用越南语谈论你自己的家所在的方位、周围环境等。

二、用汉语说出下列句子的意思。如是疑问句的，用越南语做出回答。

1. Mua nhà tôi quan tâm nhất là giá cả.

2. Nhà chị tôi rộng lắm.

3. Nhà anh mua ở Việt Nam có đắt không?

4. Nhà anh có bao nhiêu phòng?

5. Nhà bác ở chỗ nào nhỉ?

6. Nhà ở đây bao nhiêu tiền một mét vuông (㎡)?

7. Nhà này là thuê của cơ quan.

8. Tiền phòng ở đây có đắt không?

9. Tối nay tôi ở nhà chị nhé.

10. Trả phòng trước 12 giờ trưa.

Thường thức 常识

1. 越南国家公务员的住房标准。

（1）别墅式，350~500平方米，享受级别为中央委员，正部级以上。

（2）集体楼房套间式，45~150平方米，处县级。

（3）无楼层的平房，每间不能超过45平方米。

2. 从2007年10月起，越南政府允许定居在国外的越侨回国购买房子，这一政策以前是没有的。但购买者仅限于以下四类：①回国投资者；②对国家有贡献者；③科研工作者；④归国越侨。也就是说，外国人仍不能在越南购买房子。

3. 越南《土地法》于2004年10月颁布实施，后来经过多次修改。《土地法》规定，土地使用年限最长为70年，最短为50年。土地使用者不管在国外或国内，国家一律实行有偿使用。越南政府把土地分为三类：第一类为农业用地，第二为非农业用地，第三类为未开发的土地。

4. 经营土地不动产的新法规规定：从2007年10月起，成立房地产公司的法定注册资金是60亿盾（约30万人民币）；若公司想参与项目开发，必须以该项目的投资总额的20%注入资金。

Bài thứ 19   Học tập
第十九课   学习

Anh là sinh viên nước nào?

你是哪国的学生？

Em là sinh viên Lào.

我是老挝的学生。

Anh lần đầu tiên đến Trung Quốc ạ?

你第一次来中国吗？

Vâng.

是的。

Em học ở trường nào?

你在哪个学校学习？

Em học ở trường Đại học Thanh Hoa.

我在清华大学学习。

▌▌ Những câu cơ bản **基本句型** ▌▌

1. không phải ... mà là ...

不是……而是……

Em không phải là học sinh lớp 12, mà là học sinh lớp 11.

我不是12年级（高三）的学生，而是11年级（高二）的学生。

Chị ấy không phải là người Mỹ, mà là người Canada.

她不是美国人，而是加拿大人。

Đây không phải là trường học, mà là trung tâm dạy nghề.

这里不是学校，而是技术培训中心。

2. không phải ... không ... mà là ...

不是……不……而是……

Không phải em không lau nhà, mà là không có nước.

不是我不擦地板，而是没有水。

Không phải thầy giáo không cho bài tập, mà là em không biết làm bài.

不是老师不布置作业，而是我不会做。

Không phải con không muốn ăn cơm, mà là con đau bụng.

不是我不想吃饭，而是我肚子痛。

3. có phải ... không/ không phải

是……不是/不是

Có phải hai cuốn sách này của anh không？

那两本书是不是你的？

Không phải.

不是。

Chiếc xe đạp điện này có phải anh mới mua không？

那辆电单车是不是你刚买的？

Không phải.

不是。

Quả bóng rổ này có phải anh vừa mất không?

那个篮球是不是你刚丢失的？

Phải.

是。

Có phải quyển hộ chiếu này là của chị không?

那本护照是不是你的？

Không phải.

不是。

Đàm thoại theo tình huống 情景对话

Hội thoại I   Tán chuyện
会话1   聊天

A：Con anh học lớp mấy rồi?

甲：你的小孩上几年级了？

B：Con em năm nay học lớp 2, còn con anh thì sao?

乙：我的小孩今年上二年级，你的小孩呢？

A：Con tôi năm nay học đại học năm thứ 2 rồi.

甲：我的小孩今年上大学二年级了。

B：Học ở trường nào?

乙：在哪个学校学习？

A：Học ở Đại học Bách khoa Hà Nội.

甲：在河内百科大学。

B：Học chuyên ngành gì?

乙：学什么专业？

A：Nó giỏi về toán, nên học môn thông tin viễn thông.

甲：他数学较好，所以学无线电通信。

B：Sao cháu không đi du học nước ngoài?

乙：为什么他不到外国留学？

A：Không phải cháu không muốn đi, mà là gia đình kinh tế khó khăn,
    có muốn cũng chịu thôi.

甲：不是他不想去，而是家庭经济困难，想去也没办法。

B：Nghe nói học tốt thì có thể xin học bổng của nhà nước mà.

乙：听说学习好的可以申请国家奖学金。

A：Học tốt cũng phải có người trong trường mới được.

甲：学习好也得在学校里有熟人。

Hội thoại II　Ở trường
会话2　　　　在校园

A：Xin hỏi, đây có phải là ký túc xá lưu học sinh không ạ?

甲：请问，这里是不是留学生的宿舍？

B：Phải.

乙：是的。

A：Chị là sinh viên mới đến à?

甲：你是刚来的大学生吗？

B：Không, tôi đã học năm thứ 4 rồi, còn em?

乙：不。我已是大四的学生了，你呢？

A：Em mới đến năm học này.

甲：我是这个学年才来的。

B：Em là sinh viên nước nào?

乙：你是哪个国家的学生？

A：Em là sinh viên Malaixia.

甲：我是马来西亚的学生。

B：Sao nói tiếng Bắc Kinh tốt thế?

乙：为什么你普通话讲得那么好？

A：Em học 3 năm ở nhà rồi mới đến đây.

甲：我在家里学了三年才来这里。

B：Em đến đây định học chuyên ngành nào?

乙：你来这里打算学什么专业？

A：Em định học ngành gia công và chế biến thực phẩm nông nghiệp. Chị là người nước nào?

甲：我打算学农业食品制造与加工专业。你是哪国人？

B：Chị là người Việt Nam.

乙：我是越南人。

A：Các món ăn ở trường chị ăn có quen không?

甲：学校的菜你吃得习惯吗？

B：Lúc đầu thì không, vì ở đây món xào cho nhiều mỡ quá.

乙：刚开始不习惯，因为这里炒菜放油太多了。

A：Nhiều mỡ thì em không sợ, em sợ cay thôi.

甲：油多我不怕，我怕辣。

B：Chị ở phòng 316, chị phải chuẩn bị luận văn cho ngày mai, em có gì cần chị giúp đỡ thì gọi cửa.

乙：我在316房，我要准备明天的论文，你有事需要我帮忙的话就敲门。

Hội thoại III　Tán chuyện
会话3　　　　聊天

A：Anh Thông, học tiếng Trung Quốc có khó không?

甲：阿通，学中文难吗？

B：Không khó đâu, viết thì hơi khó tý.

乙：不难，就是写字有点难。

A：Tôi định cho cháu sang Trung Quốc học, không biết thủ tục làm như thế nào?

甲：我打算让小孩到中国学习，不知道怎样办手续。

B：Anh định cho cháu học chuyên ngành gì?

乙：你打算给小孩学什么专业？

A：Học y.

甲：学医。

B：Cháu năm nay học lớp mấy?

乙：小孩今年上几年级了？

A：Tháng 6 năm nay là tốt nghiệp cấp 3.

甲：今年六月就高中毕业。

B：Theo qui định của Bộ Giáo dục Trung Quốc, người nước ngoài muốn vào học chuyên ngành thì phải được bằng Hán ngữ HSK.

乙：根据中国教育部的规定，外国人要想学习专业必须通过汉语水平(HSK)考试。

A：Cháu có biết chữ Trung Quốc nào đâu mà thi?

甲：他一个字都不会，怎么考？

B：Cháu phải học từ lớp cơ sở Hán ngữ.

乙：他要从汉语基础学起。

A：Thủ tục thì xin như thế nào?

甲：怎样办申请手续？

B：Anh điền biểu mẫu này trước.

乙：你先填好这份表。

A：Trong biểu mẫu có các khoản như: Họ tên học sinh, họ tên bố mẹ, quê quán, quốc tịch, giới tính, học lực, địa chỉ liên lạc v. v. cũng phải điền hết à?

甲：这张表里有各项内容，如学生姓名、父母姓名、籍贯、国籍、性别、学历、联系地址等，都要填写吗？

B：Đúng. Nếu không sau này xảy ra chuyện gì ở Trung Quốc thì ai báo cho anh biết?

乙：是的。如果不这样，在中国出了什么事如何通知你啊？

A：Xong biểu này là đưa đến sứ quán Trung Quốc xin thị thực là xong chứ gì?

甲：填完这份表带到中国大使馆签证就行了吗？

B：Khoan. Còn phải mang theo bằng tốt nghiệp bản copy, 2 tấm ảnh màu, giấy khám sức khỏe.

乙：不急。还要带上毕业证复印件，彩色相片两张和体检表。

A：Học phí một năm học là bao nhiêu tiền?

甲：学费是多少钱一学年？

B：Mỗi trường có thu khác nhau. Ví dụ, ở Trường Đại học Dân tộc Quảng Tây thì một năm học khoảng 1500~1800 USD.

乙：每个学校收费不同。如广西民族大学一学年收费1500～1800美元。

A：Tiền ăn và ở thì sao?

甲：那么食宿费呢？

B：Tiền phòng thì tính theo đầu người ở, có loại phòng 1 người, phòng 2 người và phòng 4 người, phòng càng ít người thì giá càng cao.

乙：住宿按人头计算，有单人房、双人房和四人房，人越少价越高。

A：Đi học, chứ là đi du lịch đâu?

甲：去学习，又不是去旅游。

B：Phòng 4 người thì khoảng 219 USD mỗi học kỳ, còn tiền cơm ăn bao nhiêu mua bấy nhiêu.

乙：四人房是219美金一学期，饭吃多少买多少。

A：Nhà ở tiện nghi thế nào?

甲：住宿条件如何？

B：Chẳng khác gì ở khách sạn, có đầy đủ các tiện nghi, nhà vệ sinh khép kín.

乙：与旅馆差不多，设备齐全，独立卫生间。

词汇表

1. sinh viên　大学生

2. Lào　老挝

3. Đại học Thanh Hoa　清华大学

4. Canada　加拿大

5. trung tâm　中心

6. dạy nghề　技术培训

7. lau　擦

8. đau　痛

9. bụng　肚子

10. xe đạp điện　电单车

11. bóng rổ　篮球

12. Đại học Bách khoa　百科大学

13. môn　科；门(类)

14. thông tin　通信；信息

15. viễn thông　无线电通信

16. du học　留学

17. học bổng　奖学金

18. ký túc xá　学生宿舍

19. Malaixia　马来西亚

20. chuyên ngành　专科；专业

21. gia công　加工

22. món　味（量词）

23. thực phẩm　食品

24. xào　炒

25. mỡ　（动物）油

26. sợ　害怕；恐惧

27. cay　辣

28. luận văn　论文

29. giáo dục　教育

30. học y　学医

31. quốc tịch　国籍

32. giới tính　性别

33. học lực　学历

34. xảy ra　发生

35. đại sứ quán　大使馆

36. thị thực　签证

37. khám　检查

38. nhà vệ sinh　卫生间

39. du lịch　旅游

40. khép kín　封闭

41. Trường Đại học Dân tộc　民族大学

Hướng dẫn 注释

1. còn ... thì sao**反问句的用法**。

còn...thì sao相当于汉语的"那……怎么样？""……又如何？"在越南语句中常放在末尾。

Anh chỉ biết phê bình mọi người, còn anh thì sao?

你只知道批评别人，你又怎么样？

Chị bảo em làm việc này, còn chị thì sao ?

你叫我做这件事，那你呢？

Bài thi này khó lắm, em không làm được, còn anh thì sao?

这考题太难，我做不了，你怎么样？

2. 名词thông tin**的用法**。

thông tin相当于汉语的"通信、信息、通报"。

Công việc nhà máy thế nào? Có gì anh thông tin cho tôi ngay.

工厂的情况怎样？有什么信息你马上告诉我。

Quân địch bị ta cắt hết các đường thông tin.

敌人被我军切断所有通信线路。

Em vừa nhận được thông tin của trường.

我刚接到学校的通报。

3. 名词mỡ**与**dầu**的用法**。

mỡ与dầu相当于汉语的"油"，但越南语的"mỡ"是指动物油，而"dầu"是指植物油。

Rán mỡ lợn để xào rau.

煎猪油用来炒青菜。

Nấu rau sao cho nhiều mỡ thế?

为什么煮青菜放那么多（猪）油？

Dầu lạc xào rau không bằng mỡ lợn

花生油炒青菜不如猪油。

Đau đầu thì bôi dầu gió.

头痛就擦风油精。

Anh cho xin chút mỡ bò để lắp xe máy.

请给我一点黄油来安装摩托车。

4. 形容词khoan的用法。

khoan相当于汉语的"等一等、等一下、且慢、慢"，越南语
中常放在句首，多为口语。

Khoan đã, tôi đi cùng anh.

等一下，我跟你去。

Khoan khoan, để người đi qua rồi quét nhà.

等一下，让别人走过后才扫。

Khoan! Tôi còn chưa ăn xong.

且慢！我还没有吃完。

补充词汇：

ham học　好学	thất học　失学	học đúp　留级
học sinh giỏi　好学生	học sinh ngoan　好学生	
học mãi　学无止境		vừa học vừa làm　勤工俭学
học hư　学坏		học lười　学懒
học vẹt　死读书		môn hóa　化学
tin học　信息学		họa sĩ　画家
người học nghề　学徒		thi lại　补考/复读
ôn thi　复习考试		thi luyện　练习考试
thiếu điểm　少分		thể thao　体育
vận động viên　运动员		môn địa　地理学
huấn luyện viên　教练员		bóng đá　足球
hình học　几何学	sử học　历史学	toán học　数学
lý thuyết　理论	ngôn luận　言论	đỗ　考上
chuyên gia　专家		kỹ sư　工程师
kỹ thuật viên　技术员		họp lớp　班会
tiến bộ　进步		năng khiếu　专长
công trình sư　工程师		mất điểm　失分/丢分
sai sót　错误		sai số　误差

Tập nói 课文

根据给出的词组，选择正确的填在横线上。

ữ, Hà Nội, nói nhiều, tiếng, năm, ở, khó, lắm.

1. Bạn có biết _____ Trung Quốc không?

2. Bạn nói tốt lắm, bạn đến _____ lần nào chưa?

3. Phải thường xuyên tập _____ mới được.

4. Hùng biết nói nhiều _____ Việt Nam nhỉ?

5. Anh học ở Trung Quốc mấy _____ rồi?

6. Chị phát âm chuẩn lắm, chị học _____ đâu?

7. Anh thấy ngữ pháp tiếng Hán _____ không?

8. Chữ Trung Quốc có khó _____ không?

9. Thi HSK không _____ lắm.

10. Anh viết _____ Việt đẹp nhỉ?

Thực hành 实践

一、分小组用越南语就学校学习、生活、周边环境等进行会话练习。

二、回答下列疑问句或将叙述句变成疑问句并做出回答。

1. Anh là sinh viên nước nào?

2. Tôi muốn đi du học ở Trung Quốc/Việt Nam.

3. Lệ phí xin học là bao nhiêu?

4. Học phí mỗi năm là bao nhiêu nhỉ?

5. Có lớp ngắn hạn không ạ?

6. Lần đầu tiên đến Việt Nam học phải không?

7. Em học ở trường Đại học Khoa học Xã hội và Nhân văn.

8. Tôi không phải là người Hàn Quốc, ~~~~~ ~~ời ~~~ng Quốc.

Thường thức 常识

1. 越南的教育体制。越南目前普通教育体制为12年制，~~~~为
三个阶段：第一阶段是小学，1到5年级；第二阶段6到9年级，为初
中；第三阶段10到12年级，为高中。越南2001年开始实行普及9年的
义务教育。

中国与越南两国高中年级对比：高一——10年级，高二——11
年级，高三——12年级。

2. 越南的教师节为11月20日。

3. 越南的学位：本科学士（cử nhân）；研究生硕士（thạc sĩ）；
博士（tiến sĩ）。

4. 越南较有名气的大学：河内国家大学，胡志明市国家大学，
河内百科大学，胡志明市百科大学，河内自然科学大学，胡志明市
自然科学大学，河内人文与社会科学大学，胡志明市人文与社会科
学大学，河内外国语大学，河内师范大学，胡志明市医药科大学，
胡志明市农林大学，胡志明市经济大学等。

图书在版编目（CIP）数据

新编越南语口语教程 / 蔡杰，梁远主编. —南宁：广西教育出版社，2008.6（2022.8重印）

ISBN 978-7-5435-5243-2

Ⅰ.新… Ⅱ.①蔡… ②梁… Ⅲ.越南语—口语—教材 Ⅳ.H449.4

中国版本图书馆CIP数据核字（2008）第087940号

新编越南语口语教程

XINBIAN YUENANYU KOUYU JIAOCHENG

策划编辑：孙　梅

组稿编辑：孙　梅　陈文华　周　影

中文统筹：孙　梅　陈文华　周　影

责任编辑：陈文华　孙　梅　朱　滔

特约校对：温秋瑜　黄　莹　李佳瑶　郑月兰（越南）

装帧设计：弘天设计

出　版　人◎石立民

出版发行◎广西教育出版社

地　　　址◎广西南宁市鲤湾路8号

邮政编码◎530022

电　　　话◎0771-5865797

本社网址◎http://www.gxeph.com

E-mail◎gxeph@vip.163.com

印　　　制◎广西彩丰印务有限公司

开　　　本◎890mm×1240mm　1/32

印　　　张◎15.375

字　　　数◎359千字

版　　　次◎2008年8月第1版

印　　　次◎2022年8月第8次印刷

书　　　号◎ISBN 978-7-5435-5243-2

定　　　价◎42.00元（上、下两册）

如发现印装质量问题，影响阅读，请与出版社联系调换。